अभिप्राय

प्रतिभा राय या स्त्रीवादी लेखिका आहेत. ओरिसातील समाजजीवनाचा त्या वेध घेताना ग्रामीण जीवन आणि कनिष्ठ मध्यम वर्गाचे दुय्यम स्थान याकडे अधिक लक्ष देताना दिसतात. 'पूजाघर'मध्ये ते प्रामुख्याने जाणवते. आजचा समाज नातेसंबंधातसुद्धा व्यवहाराच्या पातळीवर कसा आला आहे, याचे सुंदर आणि मनाला अस्वस्थ करणारे चित्रण लेखिकेने केले आहे.

महाराष्ट्र टाइम्स, २४-२-२००२

सर्जनशील वाचकाला अंतर्मुख करणाऱ्या कथा

तरुण भारत, २१-४-२००२

भावुक प्रकृतीच्या कथा

दैनिक लोकसत्ता, १७-११-२००२

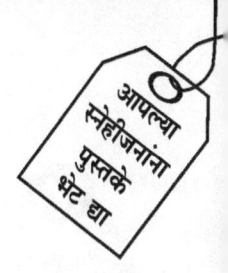

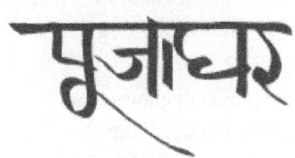

पुजारिणी

लेखक
डॉ. प्रतिभा राय

अनुवाद
डॉ. वासुदेव जोगळेकर
राधा जोगळेकर

मेहता पब्लिशिंग हाऊस

Email : production@mehtapublishinghouse.com

Website : www.mehtapublishinghouse.com

PUJAGHAR by Dr.PRATIBHA RAY

Translated into Marathi Language by Dr. Vasudeo Joglekar / Radha Joglekar

पूजाघर / अनुवादित कथासंग्रह

अनुवाद : डॉ. वासुदेव जोगळेकर / राधा जोगळेकर

Email : author@mehtapublishinghouse.com

मराठी अनुवादाचे व प्रकाशनाचे हक्क मेहता पब्लिशिंग हाऊस, पुणे.

प्रकाशक : सुनील अनिल मेहता, मेहता पब्लिशिंग हाऊस,
१९४१, सदाशिव पेठ, माडीवाले कॉलनी, पुणे – ४११०३०.

मुखपृष्ठ : मेहता पब्लिशिंग हाऊस

प्रकाशनकाल : फेब्रुवारी, २००२ / पुनर्मुद्रण : ऑगस्ट, २०१९

P Book ISBN 9788177662122

E Book ISBN 9789353172794

E Books available on : play.google.com/store/books
www.amazon.in

"प्रतिभाअपा (ताई), पुस्तक तुमचेच आहे.
फक्त भाषेचं माध्यम आम्ही बदललं आहे.
कथा ओडिया भाषेतून मराठी भाषेत आणण्यासाठी
पुलाचं काम आम्ही केलं आहे.
तुमची ही साहित्यकृती तुम्हालाच सादर अर्पण."

डॉ. वासुदेव जोगळेकर
राधा जोगळेकर

मनोगत

मराठी साहित्यातील काही चांगली पुस्तके ओडिया भाषेमध्ये अनुवादित करून ओडिया वाचकांपर्यंत पोचविण्याचे काम, आम्ही गेली पंधरा वर्षे सातत्याने करीत आहोत. आजपर्यंत श्री. व. पु. काळे यांच्या कथांच्या अनुवादाचे दोन कथासंग्रह अनुक्रमे 'ठुमरी' व 'कंढई खेळ' या नावांनी प्रकाशित झाले आहेत. 'ठुमरी' या कथासंग्रहाबद्दल उत्कृष्ट अनुवादाचा १९९४ चा केंद्र साहित्य अकादमीचा अनुवादित वाङ्मय पुरस्कार डॉ. जोगळेकरांना मिळाला. आदरणीय शिवशाहीर बाबासाहेब पुरंदरे यांचे 'महाराज' हे पुस्तक १९९८ मध्ये प्रकाशित झाले. त्या प्रकाशन समारंभास कटक येथे आदरणीय बाबासाहेब पुरंदरे जातीने उपस्थित होतेच; व पुस्तकाचे प्रकाशन श्री. प्रमोद महाजन यांच्या हस्ते झाले होते. साहित्य अकादमीसाठीच म. वि. राजाध्यक्ष, व कुसुमावती देशपांडे यांच्या "History of Marathi Literature" या पुस्तकाचाही ओडिया भाषेत अनुवाद केला आहे. श्री. पु. ल. देशपांडे यांच्या 'असा मी असामी'चा ओडिया अनुवाद 'एही भळी मुं जणे' नावाने प्रकाशित केला. श्रीमती गिरिजा कीर यांचे 'मनबोली' पुस्तकाचा अनुवाद ओडियामध्ये प्रकाशनाच्या मार्गावर आहे. ओडिया नाटककार श्री. मनोरंजन दासलिखित नाटक 'अरण्य-फसल'चा मराठी अनुवाद 'अरण्यपीक' या नावाने मराठी साहित्य अकादमीने प्रकाशित केला आहे. नॅशनल बुक ट्रस्टसाठी श्री. गोपीनाथ महांतींच्या ओडिया भाषेतील पुस्तकाचे मराठी अनुवादाचे काम सुरू आहे.

अनुवादासाठी आम्हा दोघांना एकमेकांची खूपच मदत होते. मराठी लेखनाचे काम राधा जोगळेकर व ओडिया भाषेतच शिक्षण झाल्याने, ओडिया लेखनाचे / अनुवादाचे काम डॉ. जोगळेकर करतात.

डॉ. प्रतिभा राय यांच्या कथांचा थेट मराठी अनुवाद पुस्तकरूपाने प्रकाशित होणे 'मेहता पब्लिशिंग हाऊस'च्या श्री. सुनील मेहतांमुळेच शक्य होत आहे. प्रसिद्ध लेखिका श्रीमता गिरिजा कीर यांची या कामात बहुमोल मदत झाली. मुख्य म्हणजे माझी जिवलग मैत्रीण सौ. स्नेहलता मालेगावकर हिची संपूर्ण हस्तलिखिताच्या पुनर्लेखनासाठी बहुमोल मदत झाली. या सर्वांचे आम्ही मनापासून आभारी आहोत. डॉ. प्रतिभा राय यांनी मराठी अनुवादासाठी संमती दिल्यामुळेच त्यांच्या ओडिया भाषेतील कथा मराठी वाचकांपर्यंत पोचवणे शक्य झाले. या पुस्तकातील कथा डॉ. प्रतिभा राय यांच्या 'श्रेष्ठ गळप', 'मनुष्य स्वर', 'पृथक ईश्वर' आणि 'गवत आणि आकाश' या चार कथासंग्रहांमधून घेतल्या आहेत.

डॉ. वासुदेव जोगळेकर
राधा जोगळेकर

अनुक्रमणिका

खाली-वर मिळून वीस-पंचवीस खोल्यांचं घर, घरासमोर हिरवंगार लॉन, लॉनच्या कडेनं बिनवासाच्या रंगीत फुलांचे ताटवे, देवनार, शुजा, आणि वेगवेगळ्या कॅक्टसच्या सुंदर मांडणीमुळे घराला सुरेख उठाव आला होता. घराच्या चौफेर मोठी उंच भिंत, मोठं लोखंडी फाटक, त्यामुळं बाहेरून घर ऐसपैस, एखाद्या राजवाड्यासारखं दिसत होतं.

पण एवढं मोठं घर असूनसुद्धा, घरात इकडं तिकडं फेऱ्या घालत घरमालक विचार करत होते. आधीच आणखी दोन खोल्या बांधल्या असत्या, तर आजची ही वेळ आली नसती. नवरा-बायको, तीन मुलं, दोन कुत्री, एक स्वयंपाकी, एक नोकर, एक नोकराणी, बागेसाठी एक माळी, अशा या छोट्याशा परिवाराचे दिवस अगदी मजेत चालले होते. प्रश्न पडला होता आईचा. पंच्याहत्तर वर्षांची आई, हाय ब्लडप्रेशर आणि डायबेटिस हे रोग घेऊन उपचारासाठी आणि सुनेकडून सेवा करून घेण्यासाठी गावाहून आली होती. आता कायम इथंच राहायचं. दर वेळेस आली, की काही दिवस राहून परत गावाला जाणारी आई आता कायमची इथंच राहणार होती. तिच्या आणखी तीन मुलांची घरंही याच शहरात होती. पण नंबर दोनचा मुलगा लक्ष्मण याचं घर सर्वांत मोठं होतं. सर्व मुलांमध्ये त्याची मिळकत जास्त होती आणि आईकडे त्याचाच जास्त ओढा होता.

एवढ्या मोठ्या घरामध्ये मास्टर बेडरूम, मुलांसाठी बेडरूम होती; पण आईसाठी मात्र बेडरूम नव्हती. तळमजल्यावर बैठकीची खोली,

पूजाघर

स्वयंपाकघर, कोठीघर, पाहुण्यांची खोली आणि करमणुकीसाठी आणखी वेगळी खोली होती. तिथंच त्यांची मुलगी नाच आणि संगीत शिकत असे. कधीमधी गाण्याची एखादी मैफल वा भजनाचा कार्यक्रम तिथंच व्हायचा.

घरची साफसफाई, बगिच्याची देखभाल, गोठ्यातल्या गाईगुरांची देखभाल आणि स्वयंपाक हे सर्व करता करता सुरेखा अगदी थकून जायची. जरा विश्रांतीसाठी एक मजला चढून जाण्याऐवजी खालीच जरा आडवं होणं ती पसंत करायची. तसंच, जेवण झाल्यावर थोडीशी वामकुक्षी घेण्यासाठी वर जाणं लक्ष्मणलाही नको असायचं. म्हणून दुपारच्या विश्रांतीसाठी दोघांची आणखी एक बेडरूम खाली होती... मुलांसाठी एक स्टडीरूम होती. मास्तर शिकवायला आले, की खालच्या खाली शिकवून जाऊ शकत असत. बाहेरच्या माणसांनी वरच्या मजल्यावर आलेलं घरातल्या कोणालाच पसंत नव्हतं. आणखी एक दहा बाय् आठची बॉक्स रूम; तीमध्ये अलमारी, ट्रंका, लाकडाच्या पेट्या, लाकडाच्या पेटीत हिवाळ्याचे कपडे, रग, गालिचे, सतरंज्या वगैरे होत्या. तसेच, येणाऱ्या पाहुण्यांसाठी लागणाऱ्या जास्तीच्या गाद्या, उश्या, पांघरुणं दाटीवाटीनं ठेवली होती. पहिल्या मजल्यावर लक्ष्मण आणि सुरेखासाठी मास्टर बेडरूम, तीनही मुलांसाठी तीन वेगवेगळ्या बेडरूम्स, मुलीसाठी आणि दोन मुलांसाठी अभ्यासाला स्वतंत्र दोन खोल्या, मोठी लायब्ररीची खोली- ती होती लक्ष्मण आणि सुरेखाची स्टडीरूम. लक्ष्मणची एक ऑफिसरूम, फाटकाला लागून असलेल्या गॅरेजजवळ कुत्र्यासाठी एक खोली आणि ड्रायव्हर आणि रात्रपाळीचा पहारेकरी यांच्या दोन खोल्या होत्या. मागच्या बाजूला लाकडं जाळून करण्याच्या स्वयंपाकासाठी एक घर, गोठा, सर्व्हन्ट्स क्वार्टर, त्यांच्यासाठी संडास, एक मोटार हाऊस, त्याला लागूनच गाईंचा दाणा आणि बागकामाची सामग्री ठेवण्यासाठी एक खोली.

घराच्या चारही बाजूंना विस्तीर्ण पसरलेला बगिचा, त्याला वेटोळं घालून बसलेली 'मेघनाद' (पुरीच्या जगन्नाथ मंदिराच्या भोवतालची भिंत, तिला मेघनाद म्हणतात) भिंत, प्रवेशद्वाराजवळील पांढऱ्या संगमरवरावर काळ्या अक्षरांनी लिहिलेलं घराचं नाव 'मातृछाया.' एवढ्या अत्याधुनिक वास्तूला इतकं प्राचीन जुनाट नाव खूप जणांना

पसंत नसलं, तरी लक्ष्मणनं हेच नाव पहिल्यापासून ठरवलं होतं. ज्या घरात मातृपूजा नाही, त्या घराची उन्नतीही नाही. शक्तीचं प्रतीक असते आई. तिच्याशिवाय किड्यामुंग्यांचंही अस्तित्व या पृथ्वीतलावर शक्य नाही. खरं पाहता, आईबद्दल लक्ष्मणच्या मनात अतिशय भक्ती होती. नुसती भक्तीच नव्हे, तर असीम श्रद्धा, अपार माया आणि अपरंपार प्रेम होतं. संपत्ती, पदोन्नती आणि सामाजिक प्रतिष्ठा जसजशी वाढत होती, त्याच प्रमाणात त्याची आईबद्दलची भक्ती वाढत होती.

वास्तविक राम, लक्ष्मण, भरत, शत्रुघ्न ही चार मुलं आणि कमला व विमला या दोन मुली यांना त्यांच्या अजाणत्या वयात आईच्या पदरात टाकून वडिलांनी अकाली डोळे मिटले होते. त्या वेळेस आई जर कणखरपणे उभी राहिली नसती, तर सर्वांची काय अवस्था झाली असती?

जमीनदारीचं वतन गेलेलं होतं; पण अजूनही हातात बऱ्याच जमिनी शिल्लक होत्या.

तरुण वयात नवरा गेल्याचं दुःख पचवून त्या जमीनजुमल्याची देखभाल करणं, कमी शिक्षण असलेल्या सत्यभामेसाठी एक आव्हानच होतं. आजही लक्ष्मणला आठवतं. वडील हयात असताना जमीनदाराची सून असलेली आपली आई वेषानं, रूपानं व मनानं दिनचर्येत एका रात्रीत आमूलाग्र बदलली. नवऱ्याच्या निधनाच्या दुःखामुळं वेडीपिशी झालेली आई अबोल होत गेली; पण खचली नाही. उलट, भोवताली गोळा झालेल्या स्वार्थी नातेवाइकांच्या कारवायांविरुद्ध ती कान, डोळे व मनानं सजग झाली. स्वतःच्या अल्पबुद्धीनं आई या सर्व संकटांना कशी तोंड देत होती, ते मुलांना समजत नसलं, तरी आश्चर्य वाटत असे. इतक्या काटेकोरपणे लक्ष देऊनसुद्धा ही स्थावर भूसंपत्ती गरज भागविण्यासाठी झपाट्यानं हस्तांतरित होत होती.

शालेय शिक्षण संपवून एकेक जण महाविद्यालयीन शिक्षणसाठी शहरात आले. सगळे जण गावचं घर सोडून हॉस्टेलवर राहावयास गेले. सगळ्यांना वेळेवर पैसे पोचत होते. पैशाबरोबर प्रत्येकाच्या आवडीप्रमाणे डब्यांमधून लाडू, चिवडा, लोणची, पापड, घरचं साजूक तूप पाठवलं जायचं. सुट्टीत जेव्हा सगळी मुलं घरी एकत्र यायची, तेव्हा 'दुःख' म्हणून काही शब्द आहे, यावर त्यांचा विश्वास बसत नसे. मुलांच्या

सुखासाठी आई जणू एक जादूची कांडी होती. वडील नसल्याचं दुःख आईला बघताच मनाच्या कोपऱ्यात दडून जात होतं. दुःख शोधायला आईच्या मायेच्या स्पर्शामुळे त्यांना वेळच मिळायचा नाही. कधीही हताश होऊन आईनं आपल्या मुलांकडे, 'वडील नसलेली मुलं' या भावनेनं, करुणेनं वा असहायतेनं बघितलं नाही. तोंड उघडून ती कधी काही म्हणाली, तरी तिच्या वात्सल्यमूर्तीकडे नुसतं बघितलं की मुलांना वाटे, आई आहे तर सर्व काही आहे. कितीही संकटं आली तरी आई मायेचा पदर पसरून आपलं त्यापासून रक्षण करील. देवळातल्या देवीच्या मूर्तीकडे बघितलं की मन जसं निर्भय होतं, तसं आईकडे बघितलं की, मुलांचं हृदय त्याच आत्मप्रत्ययांनी भरून जात असे. आता मागे हटायचं नाही; आई तर आपल्या जवळच आहे.

आज आता विचार केला, तर आईला कधी काही झालंय, तिचं मन कधी दुःखी झालंय, असं त्यांच्या आठवणीतही नाही. उलट, देवळातल्या देवीसारखी आपली आई अजरामर होऊन राहणार आहे, असंच त्यांना नेहमी वाटत असायचं.

आज आईच्या पुण्याईवर सगळी मुलं आपापल्या क्षेत्रात नामवंत झाली आहेत. शहरात प्रत्येकाचं स्वतःचं घर आहे. शहरात मुलं राहायला आल्यापासून आई गाव सोडून मुलांजवळ कायमची राहायला कधीच आली नव्हती. आली की, पाहुण्यासारखी या मुलाकडे दोन दिवस, त्या मुलाकडे दोन दिवस... अशी प्रत्येकाकडे राहून गावाला परत जात असे. येताना शहरात न मिळणाऱ्या खूप काही गोष्टी मुलं, सुना, नातवंडांसाठी घेऊन येत असे. तांदूळ, सांडगे, घरचं तूप, लोणची, बागेतली लिंबं, नारळ, शेवग्याच्या शेंगा, केळ्यांचा घड, बोराच्या दिवसांत बोरं, कैऱ्या, फणस... काय नसायचं त्यांमध्ये? त्यांचं ती समान वाटप करायची. नातवंडं तर आजीच्या वाटेकडं डोळे लावून बसलेली असायची. मग आजी कोणाकडे जास्त दिवस राहिली, त्यावरून त्यांच्यामध्ये भांडणं व्हायची. त्यावर आजी त्यांना समजावीत असे,

'अरे तुम्ही सगळेच तर माझे आहात, मग कशाला भांडताय?' मग रात्री आजीजवळ कोण झोपणार, यावरून मारामारी. सगळे एकत्र झोपले, तर तिला खेटून कोण झोपणार, यावरून वादावादी.

आई मुलांकडे राहायची, तेव्हा कधी बसून राहिली नाही. मुलांच्या आवडीनुसार पदार्थ करण्यासाठी तिचा सगळा वेळ स्वयंपाकघरातच जात असे. जणू तिचे हात म्हणजे मशिन होते. नाही वापरले, तर गंजून जातील. गावाकडे अंगणात वाळवणं टाकून आल्यासारखी लगबगीनं परत जायची. राहण्याचा आग्रह केला तर म्हणायची,

"तुमच्यासाठी दोन मुठी तांदूळ पाठवता यावेत म्हणून तर गावात पडून आहे. ज्या दिवशी हातपाय चालेनासे होतील, त्या दिवशी इथंच येईन, कायमची राहायला."

आई कधी थकेल, ती कायमची गाव सोडून शहरात येईल, यावर कोणाचाच विश्वास नव्हता. पण शक्य न वाटणाऱ्या कितीतरी गोष्टी या जगात घडत असतात. आई गाव सोडून शहरात राहायला आली, ही त्यांपैकीच एक. त्याहूनही आश्चर्याची गोष्ट म्हणजे, आई लक्ष्मणच्या घरी राहायला आल्यावर इतर तिन्ही मुलांपैकी एकानंही आईला आपल्याकडे येण्याबाबत विचारलं नाही. त्यामुळं लक्ष्मणला प्रश्न पडला होता- आईसाठी कुठली खोली रिकामी करायची?

शेवटी बॉक्सरूम रिकामी करून तीत आईची राहण्याची सोय करण्यात आली. तिथं असलेल्या अलमाऱ्या व इतर वस्तू दुसऱ्या खोल्यांमधून ठेवण्यात आल्या. जास्तीचं सामान सुरेखाच्या मास्टर बेडरूममध्ये ठेवावं लागलं. फार सामान खोलीत असलं, की सुरेखाला श्वास कोंडल्यासारखा व्हायचा. सध्याच्या परिस्थितीत आणखी काहीच करणं शक्य नव्हतं.

आईनं खोली ताब्यात घेतली; पण या वेळेस आई कोणाकडे राहणार म्हणून भांडणं, वादावादी झाली नाही. तिच्याजवळ कोण झोपणार, म्हणून लक्ष्मणच्या मुलांत रुसारुशी झाली नाही. कारण नातवंडं आता तरुण झाली होती आणि आजी म्हातारी.

प्रश्न उभा राहिला देवांचा. आईनं आपल्याबरोबर गावचे देव गाठोड्यात बांधून आणले होते. तिनं विचारलं,

"या देवासांठी देवघर कुठलं?" लक्ष्मण चाचरत म्हणाला,

"देवघर? ते कुठून आणणार? तू तर बघतेच आहेस! इथं सगळ्या खोल्या भरलेल्या आहेत."

सत्यभामेनं डोळे वटारून विचारलं,

"ज्याच्या आशीर्वादांनी या सगळ्या खोल्या भरल्या आहेत, त्याच्यासाठी एखादी लहानशी खोलीसुद्धा नाही? आठवतं ना, गावाला आपलं देवघर केवढं मोठं होतं, ते!"

लक्ष्मण म्हणाला, "तसं नाही गं, आई; गावाकडची गोष्ट वेगळी! तिथं इतकी जागा, इतक्या खोल्या आहेत की, कोणतीही खोली कशासाठीही वापरावी. शहरात मोजक्या जागेत आणखी देवासाठी वेगळी खोली कुठून असणार?"

त्यावर सत्यभामेनं निर्वाणीच्या शब्दांत सांगितलं,

"या घरात नोकर, गाईगुरं, कुत्री एवढंच काय, चपलांसाठीसुद्धा वेगळ्या खोल्या आहेत. मी जोवर इथं आहे. तोवर मला माझ्या देवांसाठी वेगळी खोली पाहिजे. तिथंच मी देवांना ठेवणार आणि त्यांची पूजा करणार."

लक्ष्मण मनातल्या मनात वैतागला होता. तरी म्हणाला,

"तुझ्या देवांना याच खोलीत भिंतीवर टांगून ठेव."

सत्यभामा डोळे मोठे करून म्हणाली, "माझे थोडेथोडके का देव आहेत? पितळेच्या मूर्ती आहेत, काळ्या पत्थराच्या मूर्ती आहेत, झोपायच्या खोलीत देवांना ठेवू, की काय? म्हातारी बाईमाणूस मी! कधी तोंडातल्या विड्याची थुंकी उडेल, कसं सांगणार? तुझी मुलं तर चपला घालूनच सगळीकडं वावरतात. इथंही तशीच येतील. मटण खाता-खाता तशीच खरकट्या हातानं विडा मागायला येतील. झोपायच्या खोलीत देवांना ठेवून पापाची भागीदारीण होऊ की काय?"

"मग एक काम कर, आई, देवांना गावालाच पाठवून दे. ते तिथंच सुखानं राहतील."

"तिथं त्यांची रोज पूजा कोण करणार?"

लक्ष्मण म्हणाला, "मी ब्राह्मणाची व्यवस्था करतो, तो रोज पूजा करत जाईल."

"मी रोज देवाची पूजा केल्याशिवाय पाण्याचा थेंबही घेत नाही, विसरलास, की काय? लहानपणी नैवेद्यासाठी सगळे साही जण रांगेत उभे राहायचात. थोड्याशा गुळासाठी, नाहीतर पेरूच्या फोडीसाठीही भांडणं व्हायची. आता त्यांमधून एकीला देवानं बोलावून घेतलं."

अकाली गेलेल्या आपल्या मोठ्या मुलीच्या आठवणींनी सत्यभामा व्याकूळ झाली.

लक्ष्मणला आठवलं ते आईचं 'पूजाघर.' आईची कूस व आईचं पूजाघर दोन्ही ठिकाणी सारखंच निर्भय वाटायचं. आईला बघितलं आणि पूजाघरात गेलं, की मन अगदी पवित्र व्हायचं. हातून घडलेल्या चुकांची कबुली आपोआप दिली जायची. काहीही लपवून ठेवता येत नसे. हातून घडलेली चूक कबूल नाही केली, तर आई ओढत पूजाघरात न्यायची,

'माझ्याकडं बघून सांग, खरं बोल, देव सगळं ऐकतो आहे. खोटं बोललास, तर तोच तुला शिक्षा देईल.' आणि खरोखरच आईकडे बघितलं की तिच्या डोळ्यांतून देवच प्रत्यक्ष बघत आहे, असा भास व्हायचा. आई आणि देव वेगवेगळे नसून जणू काही एकच होते. पूजाघराला देवघर म्हटलं की आईला राग यायचा. ती म्हणे,

'हे सगळं ब्रह्मांडच त्याचं घर आहे. या जगातली सगळी घरं तर त्याचीच. मग एकाच खोलीला देवघर का म्हणायचं? देव तर सगळ्याच घरांच्या मातीत, वाऱ्याच्या झुळकीमध्ये, उन्हाच्या तिरिपीमध्ये, पावसाच्या सरीमध्ये, एवढंच काय, धुळीच्या कणातसुद्धा आहे, म्हणून त्याची पूजा जिथं होते ते, पूजाघर! ज्या घरात बसलं, की संसाराचे सगळे क्लेश विसरायला होतात, ते पूजाघर.'

त्या घरात देवाच्या गंधाचा, फुलांचा, धूपाचा आणि आईचा असा एक संमिश्र सुगंध दरवळत असायचा. वाटायचं, जगातली सगळ्यांत सुगंधित जागा हीच आहे. नक्षीदार देवाऱ्यात चंदनविलेपित होऊन देव विराजमान असायचे. सकाळी जाग यायची, तेव्हा आई आपलं सगळं आवरून देवाच्या पूजेला बसलेली असायची. नैवेद्याची वेळ झाली, की सगळ्यांना हाक मारायची. मुलं घाईघाईनं आपापलं आवरून आईच्या पूजाघरात हात जोडून बसायची. देवाची प्रार्थना म्हणून झाली, की झालेला नैवेद्य मिळायचा. संध्याकाळीसुद्धा प्रार्थना-आरती झाली, की अभ्यासाला सुरुवात व्हायची. लहानपणाच्या गोष्टी आठवल्या, की मुख्य आठवायचं, आईचं पूजाघर. डोळे मिटून आई तिथं प्रार्थना करायची,

'माझ्या या बछड्यांना चांगलं मोठं कर. त्यांना दीर्घायू दे, मग मी सुखानं डोळे मिटीन.'

सगळे आता मोठे होऊन आपापल्या मार्गाला लागले होते. पण चार वर्षांपूर्वी मोठी बहीण गेली आणि धाकट्या बहिणीचा नवरा गेला. आई म्हणायची,

'देवानं त्यांना आपल्याजवळ बोलावून घेतलं; पण मी पापी म्हणून या पापी जगात अजून जिवंत आहे.'

तर आता पूजाघर आणायचं कुठून?

लक्ष्मण आईला समजावीत म्हणाला, "तुला जर रोज देवाचं दर्शन घ्यायचं असेल तर, एका बाजूला शंकराचं देऊळ आहे, दुसऱ्या बाजूला राधा-कृष्णाचं आणि समोर जगन्नाथाचं. दाराशी गाडी आहे, ड्रायव्हर तुला रोज देवळामध्ये नेऊन आणील. ज्या दिवशी जाऊ शकणार नाहीस, त्या दिवशी देवाच्या पायाचं तीर्थ मंदिरातले पुजारी स्वतः आणून देतील. इतकी सगळी सोय असताना कशाला या तुझ्या देवांचं लोढणं बांधून घेतेस?"

त्यावर सत्यभामा मटकन् खालीच बसली.

"देवाचं तुला लोढणं वाटू लागलं का? मग मीसुद्धा तुला लोढणंच वाटेन. नको, रे लखू, तू मला आपली गावाकडेच पोचव. मरताना तोंडात थेंबभर पाणी घालायला जवळ कोणी असेल-नसेल या विचारानं मी इथं आले. जाऊ दे. जशी देवाची इच्छा. नाहीतरी माणसाच्या हातात काय आहे?" लक्ष्मण एकदम व्याकूळ होऊन काकुळतीनं म्हणाला,

"असं बोलू नको गं, आई; तुला हे सर्व झेपणार नाही, म्हणून सांगत होतो. आता तुझं वय तरी आहे का देवाचं एवढं सगळं करत बसायला? तुझी तितकीच इच्छा आहे, तर बांधून देतो एक पूजाघर तुझ्यासाठी."

लक्ष्मणच्या घरात एक मोठा हॉल होता. कधी कधी तिथं भजनाचे कार्यक्रम व्हायचे. कुठले कुठले महाराज यायचे. शहरातली प्रतिष्ठित मंडळी जमायची. भजन, कीर्तनानंतर प्रसादाचं जेवणही असायचं. आता या देवधर्माच्या कार्यक्रमाला आलेल्या सभ्य, प्रतिष्ठित मंडळींच्या मनात आध्यात्मिक जागृती कितपत होत होती कुणास ठाऊक! पण लाऊडस्पीकरच्या किमयेनं त्या घरातलं अध्यात्म बाहेरच्या लोकांपर्यंत पोचत असे. दुसऱ्या दिवशीच्या वर्तमानपत्रातही ठळक अक्षरात बातमी यायची. कार्यक्रमाला बड्या असामी येत असल्यानं कितीतरी असाध्य

कामं साध्य होत असत. पण तिथं आईचं पूजाघर करणं शक्य नव्हतं, कारण कोणी कधी वेळी-अवेळी पूजाघरात आलं-गेलेलं तिला खपायचं नाही.

शेवटी खूप विचारांती लक्ष्मण आणि सुरेखानं जिन्याखालच्या जागेत पूजाघर करायचं ठरवलं. फरशी मोझॅकची होतीच. कडेनं सागवानाच्या लाकडाची सुरेख भिंत करून जाळीचं दारही त्याला बसवलं. अशा प्रकारे एक छानसं पूजाघर झालं. सत्यभामेनं आपल्या देवांचं गाठोडं सोडलं, सगळे देव आसनावर मांडले, त्याबरोबरच पतीचा, मोठ्या मुलीचा आणि धाकट्या जावयाचा फोटोही भिंतीवर लावला. देवांच्या डोक्यावर पीपलीहून आणलेला चांदवा सजला. आईच्या हाताच्या स्पर्शानं आणि तिच्या देवांच्या अस्तित्वानं जिन्याखालची ती जागा पावन झाली. तिचा दिवसातला जास्तीत जास्त वेळ तिथंच जायचा. गीतापठण, जप, फुलांचे हार करणं, काही ना काही सतत चालू असायचं. शेवटी जिन्याखाली देवांना जागा मिळाली, म्हणून तिच्या मनात दुःख नव्हतं. भक्तीच्या शुद्ध पाण्यानं मार्जन करून कुठंही देव बसवले, तरी ते बसतात. गीतगोविंद ऐकायला नाही का देव वांग्याच्या मळ्यात आले? भक्तांनी धुळीत फेकलं, तर धुळीत माखून निघतील नि ती धूळच चंदन होईल ही गोष्ट काय सत्यभामेला माहीत नव्हती? मग दुःख कशासाठी? सत्यभामा देवाला गूळ-खोबऱ्याचा नैवेद्य दाखवायची आणि सगळ्यांना बोलवायची. लक्ष्मण नैवेद्य घेऊन तोंडात टाकायचा. सुरेखा चिमटीत येईल न येईल, अशा बेतानं घेऊन जिभेला बोट लावायची. नातवंडं तर कोणी फिरकतही नसत. विचारलं की, हसत हसत म्हणायची,

'आम्ही काय मुंग्या आहोत का मुंगळे, हा गूळ खायला? आता आम्ही कॉलेजमध्ये जातो. म्हातारीला माहीत नाही, वाटतं?' शेवटचं वाक्य आपापसांत असायचं.

सत्यभामा डोळे वटारून म्हणायची

"तुमचा बापही मला अजून लहान वाटतो, तुम्ही तर अंड्यातून आताच बाहेर आल्यासारखे वाटता."

तिचे हे बोल ऐकून नातवंडं आणखी जोरात हसायची. पण नैवेद्य काही घ्यायची नाहीत. आणि शेवटी खरोखरच नैवेद्याच्या वाटीला

मुंग्या/मुंगळ्यांची रांग लागायची. सत्यभामा देवाचं नाव घेता घेता विचार करायची-

'काय दिवस आले, बघा, मुलांनादेखील गोड आवडेनासं झालं!'

अधूनमधून बाकी तीनही मुलं आईला भेटायला आली की म्हणायची, ''बरं झालं, आई इथं राहिली आहे ते; इथं तुझ्या पूजाघराची सोय झाली. आमची घरं इतकी लहान आहेत, की पूजाघर काय, तुझ्यासाठीसुद्धा वेगळ्या खोलीची सोय झाली नसती.''

आई राहायला आल्यापासून लक्ष्मणच्या मनावर एक प्रकारचं अनामिक दडपण आलं होतं. स्वतःच्या वातानुकूलित थंडगार बेडरूममधून बाहेर आल्यावर जिन्यावरून खाली आलं, की लक्ष्मणचे पाय आपोआप थबकायचे. पूजाघरात घामानं निथळलेली आई, मुलाच्या सुखसमृद्धीसाठी कामना करत असायची. त्याकडे बघून अपराधी जाणिवेनं तो घाबरून जायचा आणि आईची नजर चुकवण्यासाठी, तसंच, स्वतःची नजर देवावर पडू नये, म्हणून लगबगीनं पूजाघरावरून पुढं जायचा. बाहेरून आल्यावर परत तेच व्हायचं. पूजाघराशी पाय थबकायचे, डोकं बधिर व्हायचं आणि अज्ञात भय मनात फणा काढून बसायचं.

लहानपणी काही चूक केली, तर पूजाघर हाच आरोपीचा पिंजरा असायचा. गीतेवर हात ठेवायचीही गरज नसायची. देवाकडे किंवा आईच्या डोळ्यांकडे बघितलं, की सत्याशिवाय दुसरं काहीच तोंडातून बाहेर पडत नसे. मग आईच्या कुशीत शिरून 'परत कध्धी ऽ कध्धी असं करणार नाही गं, आई' असं म्हटलं की, आईची नजर हिवाळ्यातल्या कोवळ्या उन्हासारखी व्हायची. घट्ट मिठीत घेऊन म्हणायची,

''मला माहीत आहे, लहान आहे, म्हणून चूक झाली असली, तरी माझा मुलगा तसा नाहीये.''

'माझा मुलगा' ती अशा काही आविर्भावात म्हणायची, की तिच्या वात्सल्यानं मन न्हाऊन निघायचं. मग मुलं प्रतिज्ञा करायची, परत कधीही चुकीच्या वाटेनं न जाण्याची. त्यात पाप आहे, पण प्रतिज्ञा मोडली जायची. पूजाघरात सत्याचे पाठ परत व्हायचे आणि परत प्रतिज्ञाही व्हायची!

असं असूनसुद्धा त्या वेळी डोकं कधी बधिर झालं नाही. मनावर किंवा छातीवर कधी दडपण आलं नाही. उलट हे जग किती सुंदर आहे,

असंच नेहमी वाटायचं. पण सध्या काही दिवस झाले, मन का कोणास ठाऊक, अस्वस्थ आहे. जिन्यातून जाता-येता हृदयाचे ठोके वाढायचे, पायांतली शक्ती गेल्यासारखं वाटायचं. घरातून पाय बाहेर पडला, की नोकरी, व्यवसाय, राजनीती, वकिली, शिक्षकी, कोणत्याही क्षेत्रात माणूस जे काही करतो, त्या सगळ्याचा कबुलीजबाब देणं शक्य आहे का?

लक्ष्मण बाहेरून परत आला, की साशंक मनानं वर जायचा. त्याला भीती वाटायची, खरंच जर का आईनं पटकन बोलावून आपल्याला विचारलं,

'देवाला साक्षी ठेवून माझ्याकडे बघून सांग, तू जे काय करतो आहेस, ते बरोबर आहे? रात्री इतक्या उशिरापर्यंत तू घराबाहेर काय करत असतोस? तुझे डोळे लाल का दिसतात? पाय का लटपटतात? मित्र घरी नसले, की त्यांच्या बायकोजवळ तुझं काय काम असतं? सतत बाहेर टूरवर जाताना लेडी सेक्रेटरीच तुझ्याबरोबर का असते? भजनाला आलेल्या बड्या धेंडांबरोबर बंद दाराच्या आत तुझं काय बोलणं चालतं? देवाधर्माच्या चर्चेत इतकी गोपनीयता का बरं? बॅगेतून एवढाले पैसे कोणाला देतोस? शहरातल्या कुख्यात गुंड-मवाल्यांची वर्दळ तुझ्याकडे का असते? तू त्यांना कशाचे पैसे देतोस?'

तर असे आणखी कितीतरी प्रश्न आहेत, की जे आईच्या आकलनाबाहेरचे आहेत. आई इथं बसल्या-बसल्या जे बघते, त्याची सरळ सरळ उत्तरं देता येतील का?

पण आईनं त्याला कधीच काही विचारलं नाही. लक्ष्मण देवाला आणि आईला टाळायचा, का आईच लक्ष्मणला टाळायची, ते कळत नसे. कधी कधी त्याला वाटायचं, आईला म्हणावं,

'आई, माझ्या मनाला पहिल्यासारखं निर्मळ कर, आनंदित कर, छातीवरचं हे ओझं मी आता नाही सहन करू शकत.'

पण प्रत्यक्षात आईला काहीच सांगू शकत नसे. जीवन जितकं जटिल होत होतं, तेवढं दडपण वाढत होतं. त्या अनुषंगानं ब्लडप्रेशर वाढत होतं. मन आणि शरीर थकत होतं. नाहीतर आज त्याच्याजवळ काय कमी होतं?

सुरेखालाही वाटायचं, ती पहिल्यासारखी मोकळी वागू शकत

नाही. नोकरचाकर, माळी, स्वयंपाकी यांच्यावर जोरजोरानं आरडाओरडा करून शिवीगाळ करू शकत नाही. बैठकीच्या खोलीत आल्या-गेल्याबरोबर मोठमोठ्यांदा हसू शकत नाही. काम करतात करता मध्येच विश्रांतीसाठी मनात येईल तेव्हा तळमजल्यावरच्या बेडरूममध्ये कधीही झोपू शकत नाही. प्रत्येक क्षण पूजाघरात सासूबाई असल्याची जाणीव करून देत असे. पूजाघरातल्या उकाड्यात बसून त्या इतरांच्या सुखासाठी देवापाशी मागणी करत आहेत. प्रत्येकानं नीट वागावं; सरळ मार्गांनी जावं, अशी प्रार्थना करत आहेत. नातवंडंही शिटी वाजवत, बूट-चपला घालून घरात स्वैर संचार करू शकत नव्हती. आज पूजाघर म्हणजे सगळ्यांसाठी जणू काही आखलेली लक्ष्मणरेषा होती. नातवंडं कधी कधी सगळं बघून कंटाळून म्हणायची,

"म्हातारी किती वेळ पूजा करते, कोण जाणे!"

सुरेखा नवऱ्याला म्हणायची,

"पूजाघर जिन्याखाली करण्याऐवजी आणखी कुठं करणं शक्य नव्हतं. पण त्यामुळं खूप त्रास होत आहे. जिन्यातून खाली, वर करताना पायांखाली आई आणि देव आहेत, त्याची जाणीव झाली, की अगदी कसंतरीच होतं. असं आणखी किती दिवस चालणार?"

लक्ष्मण मग गंभीर होत म्हणायचा,

"माझंही आजकाल ब्लडप्रेशर वाढलेलं असतं. का माहीत नाही, पण करणार तरी काय? काही दिवसांचीच तर गोष्ट आहे. आई कायमची थोडीच इथं राहणार आहे?"

"कुठं जाणार मग त्या? कुठल्या मुलाकडे जायला त्या तयारही नसतात."

लक्ष्मण चमकून म्हणाला,

'खरंच की, बोलता बोलता असं काय मी बोलून गेलो. आई कुठं आणि का जाणार? ती तर आई आहे. ती थोडीच पाहुणी आहे. आली, की थोड्या दिवसांनी परत जायला? मुलगा कितीही त्रासदायक असला तरी आईला त्याचा त्रास होत नाही; मग आईच्या म्हातारपणाचा, आजारपणाचा त्याला त्रास का बरं व्हावा?' लक्ष्मण स्वतःच्याच मनाला समजावीत होता.

आणि एके दिवशी आई खरोखरच गेली. कशी गेली, कुणालाच

समजलं नाही. अडखळत म्हणाली,

''जाते,'' वरती आकाशाकडे बोट दाखवून नमस्कार केला आणि गेली. त्याच पूजाघरात, फुलांचा हार करता करता छातीत कळ आली. मुलगा, सून, नातवंडं धावून आली, तरीसुद्धा आई गेलीच. घामानं भिजलेलं तिच्या देहाचं ते जीर्ण वसन पूजाघरातल्या जमिनीवर पडलं. सगळं संपलं!

दिवस झाल्यानंतर आईच्या देवांना लक्ष्मणनं गावाकडे पाठवून दिलं.

पूजाघर परत जिन्याखालची खोली झाली. सगळे मुक्त मनानं वावरू लागले.

आता जिन्यातून येता-जाता लक्ष्मणला सगळं सुनं सुनं वाटायला लागलं. दडपलेल्या छातीला रिकामपणं आलं. मनावरचं ओझं गेलं, पण रिकामपणाचाच कसला हा रोग? त्याच्या मनात येई, पायांखाली पूजाघर होतं, म्हणूनच पायांना चांगलं-वाईट जाणण्याची समज येत होती. आई एकाच जागी बसून असली, तरी देवासारखेच तिचे डोळे सगळीकडे आपला पाठलाग करायचे. जिन्यातून वर जाताना पायांखाली तिचे देव, ती आणि पूजाघर राहत असे. खरं पाहता, आईच्या त्यागमय जीवनाची बूज न राखता, तिची जीवनमूल्यं पायदळी तुडवूनच लक्ष्मण यशाची शिडी चढला होता.

आजच्या या आधुनिक काळातल्या घरांमध्ये पंच्याहत्तर वर्षांची आई आणि पूजाघर या दोन्ही गोष्टी, खरं म्हणज न बसणाऱ्या! जिन्याखालची खोली ही अडगळीची, तरीसुद्धा ती खोली पार केल्याशिवाय वर चढता येणार नाही. तसंच, आई आणि देव यांच्याशिवाय सृष्टीला आणि जीवनाला या आधुनिक काळातही पृथ्वीतलावर अस्तित्व असणार आहे का? परिपूर्णता येणार आहे का?

*****

अनोळखी अक्षरातील पत्र आलं, की ते उघडेपर्यंत मनात एक उत्सुकता असते. पत्र वाचून संपलं आणि शुभदाचं मन विषण्ण झालं. बालवयातल्या स्वप्नांप्रमाणे काळाच्या प्रवाहात आज अक्षरं जरी अस्पष्ट झाली असली, तरी पत्राच्या शेवटी असलेलं ते नाव! ते नाव आजही तिच्या स्मृतिपटलावर आकाशातल्या चंद्राइतकंच उज्ज्वल, स्निग्ध आणि अविस्मरणीय होतं.

ते आपल्या दारापर्यंत येऊन परत गेले. एकदा नव्हे, दोनदा नव्हे, तर चार वेळा. गेटवर पहारा करणाऱ्या शुभदाच्या विश्वासू व दक्ष पहारेकऱ्यांनी त्यांना बाहेरच्या बाहेर हाकलून लावलं होतं. शुभदा त्याबद्दल त्यांना काही दंड करू शकते का? अर्थातच नाही. कारण पहारेकऱ्यांनी तिच्याच आज्ञेचं पालन केलं होतं.

उच्चपदावर असलेल्या तिच्या नवऱ्याची शिफारस मिळण्याचं एकमेव माध्यम शुभदाच होती. त्यासाठी अनेक सांस्कृतिक संघटना, समाजसेवी संस्था, महिला समित्या व इतर असे अनेक जण तिच्यापाशी येऊन तिला गळ घालत असत. तिलाच माहीत नसलेल्या तिच्यातल्या प्रतिभेचाही शोध लावून कधी कधी तिला अडचणीतही टाकायचे. त्यासाठीच शुभदानं सगळ्यांना निक्षून सांगितलं होतं की माणसं बघून त्यांना आत घ्या. नाहीतर बाहेरच्या बाहेरच घालवा. अशा माणसांसाठी तिचा किमती वेळ उगाचच वाया जातो.

कुठला माणूस बैठकीच्या खोलीत बसण्यास योग्य आहे, कोणाला दारातच थांबवायचं आणि कुणाला बाहेरच्या बाहेर घालवायचं, हे शुभदाच्या

ते आले होते

शाळेत जाणाऱ्या मुलानांही आता कळायला लागलं होतं. तसंच, मुलं फोनवरही उत्तर द्यायला शिकली होती. वेळप्रसंगी स्वतःची बुद्धी वापरून खोटं बोलणाऱ्या मुलांकडे बघून तिला वाईट वाटायचं. म्हणजे प्रत्यक्ष आईकडूनच खोटं बोलण्याचं बाळकडू आज आपली मुलं घेत आहेत.......

म्हणून काय त्यांनीही दारावरूनच परतावं? कोणाच्याही मनात आलं नाही की, शुभदाला एकदातरी विचारावं, की चार-चार वेळा येणारे हे गृहस्थ कोण आहेत? त्यांना घरात घ्यायचं,की नाही?

अव्यक्त वेदनांनी शुभदा दिवसभर व्याकूळ होती. विनाकारण सगळ्यांवर चिडत होती. पत्रानुसार गेल्या बुधवारी ते शेवटचे येऊन परत गेले. बहुतेक ती बाहेर गेली असावी! तिनं खूप आठवून बघितलं, पण त्या दिवशी सकाळी ती घरातच होती.

मग ते का परत गेले? शुभदानं प्रत्येकाला विचारलं. सगळ्यांनी आठवून आठवून सांगितलं, की त्या दिवशी तिला भेटायला कोणीही आलं नव्हतं. जे कोणी परत गेले त्यांना शुभदानंच 'भेटणार नाही' सांगितल्यामुळं त्यांना परत पाठवलं होतं. आणि हे तर नेहमीचंच होतं. मग त्याच दिवशी कुणाला पाठवलं असेल, तर तिला इतकं वाईट का वाटावं? पण चार-चार वेळा येऊन त्यांना परत जायला लागल्यामुळे शुभदाला अपराध्यासारखं वाटत होतं, आणि ही अपराधीपणाची भावना एखाद्या अजगरासारखी तिच्या भोवती वेटोळं घालून तिच्या जिवाची घालमेल करत होती.

तिची ही घालमेल इथं कुणीही समजू शकत नव्हतं. ही गोष्ट नवऱ्याला सांगून त्याचा वेळ वाया घालवण्यात काही अर्थ नव्हता. मुलांना सांगावं, तर ती हसण्यावारी नेतील. शुभदा कुणाला सांगणार, की ते वारंवार येऊन दारावरूनच परत गेले! तिच्या हृदयातील त्यांचं स्थान पूर्वीपासूनच किती अढळ आहे!

शुभदानं परत एकदा पत्र वाचलं. आता अक्षरांचीही ओळख पटली होती. पत्रातील बोल जणू तिच्याच हृदयातून तरंगत येत होते.

बेटी शुभदा,

जगन्नाथाच्या कृपेनं तुला सर्व सुखं लाभू दे. तुझ्या यजमानांच्या यशाची कीर्ती, मुलांचं कर्तृत्व सगळं काही माझ्या कानांवर येत

असतं. ऐकून अतिशय आनंद होतो.

वार्धक्यामुळं मी आता पंगू झालो आहे. तरीसुद्धा तुझ्या घरी आलो होतो. एकदा नव्हे, दोनदा नव्हे, तर चार वेळा. एकदा तू घरात नव्हतीस. एकदा पूजेला बसली होतीस. एकदा तुझ्याकडे बरीच माणसं आली होती. आणि शेवटच्या वेळेस तू अंघोळीला गेली होतीस. मी बाहेरच वाट बघणार होतो; पण दरवानानं दारावरून दूर हो सांगितलं. 'साहेब येण्याची वेळ झाली आहे, टूरवरून चार दिवसांनी परत येत आहेत,' म्हणाला. फाटकाच्या बाहेर दोन तास उभा राहिलो. तू बाहेर आली नाहीस. तुझे यजमान टूरवरून आले. खूप दयावान माणूस. आकाशाएवढं मन आणि पृथ्वीसारखे उदार. माझ्यावर नजर पडताच थांबले. दोन रुपये काढून माझ्या हातावर देत म्हणाले, "बाबा, हे घ्या. इथं उन्हात नका उभे राहू. आता जा," बहुतेक मला भिकारी समजले! त्याबद्दल दुःख नाही. माझं रूप आणि पंगुत्व बघून कोणालाही तसंच वाटेल. मला आनंद झाला त्यांची उदारता बघून. ते दोन रुपये मी घेतले. नसते घेतले, तर त्यांना वाईट वाटलं असतं. ते आत गेल्यावर त्यांना आशीर्वाद देत रस्त्यावरून जाणाऱ्या एका भिकाऱ्याला ते दोन रुपये दिले. आजकाल रस्त्यावर भिकारीही खूप आहेत, म्हणा! तुझ्याकडे एका महत्त्वाच्या कामासाठी आलो होतो. माझं केव्हा, काय होईल, याचा नेम नाही. एक पाय स्मशानात अशी माझी अवस्था आहे. एकच मुलगा, पण त्यानं कॉलेजचं एक वर्ष पूर्ण करून पुस्तकं कायमची बासनात बांधून ठेवली! सध्या बेकारच आहे. तू मदत करशील, या आशेनं चार वेळा तुझ्या दारी आलो. पण जगन्नाथालाच जर मंजूर नाही, तर तुझी-माझी गाठ कशी पडणार?

गावाहून तुझ्याकडं यायचं, म्हणजे पंधरा रुपये खर्च होतात. आता तुझ्याकडं येणं माझ्या आवाक्याबाहेर आहे. तुझ्याकडून या पत्राचं उत्तर आलं, की काय करायचं, ते ठरवणार. तुला त्रास देतो आहे, पण मनात काही आणू नकोस. कळावे.

तुझे,

नारायण मास्तर.

काळाच्या चाकाखाली झिजलेली एक अस्पष्ट मूर्ती डोळ्यांसमोर उभी राहिली. काळीसावळी, विशालकाय मूर्ती, डोकं गोल, तोंड गोल, मोठे-मोठे पण खोलगट डोळे, दगडासारखे मजबूत हात-पाय, दारासारखी रुंद पाठ व पान खाऊन रंगलेले ओठ. हे सगळं एकत्र करून जी मूर्ती डोळ्यांपुढे येईल, ते म्हणजे नारायण मास्तर. डोळे मिटून त्यांचं स्मरण केलं, की जगन्नाथाचीच मूर्ती समोर उभी राहते. मनात भीतीऐवजी भक्ती आणि श्रद्धा जागृत होते.

नारायण मास्तर पद्मासन घालून बसायचे. त्यांच्या मांडीवर बसूनच तिनं अभ्यासाचा श्रीगणेशा गिरवला होता. गोष्टी सांगत, प्रेमानं पाठीवर थोपटत, हसत, हसवत नारायण मास्तर खट्याळ, खोडकर मुलांनाही शिकवायचे. हातातली सडपातळ छडी, मेलेल्या सापासारखी दूरच पडलेली असायची. तिचा वापर होतच नसे. मुलांना नारायण मास्तरांची भीती वाटायची नाही; उलट, ते आवडायचे. त्यांना कोणीच उलटून बोलत नसत. त्यांचा मान राखत असत.

शाळेत नाव लिहिताना 'शुभलक्ष्मी' न लिहिता मास्तरांनी तिचं नाव 'शुभदा' लिहिलं होतं. मास्तर म्हणाले होते,

"आपले तीन देव. जगन्नाथ, बलभद्र आणि सुभद्रा. तीनही अक्षरं शुभ आहेत. शुभदा फक्त लक्ष्मी न होता सरस्वतीही होणार. सगळ्यांसाठी शुभदायिनी."

वडील खूश झाले होते. त्या दिवसापासून ती शुभलक्ष्मीची 'शुभदा' झाली. मोठी झाल्यावर तेच शुभदा नाव तिलाही आवडलं. अशीच खूप जणांची पाळण्यातील नावं शाळेत जाताना मास्तरांमुळे बदलली होती. मास्तरांप्रमाणे ती नावंही सगळ्यांना आवडली होती.

कोणी जरा दोन शब्द जोरात बोललं, की शुभदाला रडू यायचं. तीसुद्धा कोणाचं मन दुखवायची नाही. शुभदाचं मन प्राजक्ताच्या फुलासारखं नाजूक आहे, हे मास्तरांना माहीत होतं. डोळे मोठे करून तिच्याकडून अभ्यास करवून घेणं अवघड होतं. कारण रडून रडून मग तिचे डोळे मास्तरांच्या डोळ्यांपेक्षा जास्त लाल व्हायचे. पण पाठ थोपटून 'शाब्बास' म्हणायचा अवकाश, की ती अभ्यासात बुडून जायची. मुलांची नाडी जाणून मास्तर शिकवायचे. कोणतं औषध

कुणाला, कसं लागू पडतं, कोणाला कसं वश करायचं, हे मास्तरांना अचूक माहीत होतं.

शुभदा लहानपणी फारच भित्री होती. अनोळखी माणसाचीच नव्हे, तर गावातला ओळखीचा रस्ता, ओढ्यावरचा लाकडी पूल, रणरणतं ऊन, झाडाची गडद सावली यांचीही तिला भीती वाटायची. शाळेजवळच पीरबाबाचं स्थान होतं. त्याजवळच एक वड होता. त्याच्या पारंब्या ब्रह्मराक्षसाच्या हातांसारख्या खाली लोंबत होत्या. जणू काही धरतीची छाती फाडून आत जाणार होत्या! पीर साहेबाच्या दोन्ही बाजूंना मुसलमानांच्या कबरी होत्या. हा रस्ता शुभदाला यमपुरीइतकाच भीतिदायक वाटे. नारायण मास्तर तिचा हात धरून, गमतीदार गोष्टी सांगत. रस्ता पार करायला मदत करीत. त्यानंतर येई दवाखाना. तिथंसुद्धा भीती जणू तिची वाट बघत असे. आजारी-रोगी आणि मेलेल्या माणसांची तिला भयंकर भीती वाटायची. नंतर ओढ्यापर्यंत रस्त्याच्या दोन्ही बाजूंना भातशेती होती. तिला तर त्याचंही भय वाटायचं!

शुभदाच्या या भित्रेपणामुळे मास्तरांना ओढ्यापर्यंत यावंच लागायचं. अनवाणी पायांनी, तापलेल्या वाळूवरून मास्तर तिच्याबरोबर चालत असत. ओढ्याचा बांध आला की, शुभदाला एकदम हायसं वाटायचं. ओढ्यावरचा लाकडी पूल पार करून समोरचा छोटासा बाजार बघितला, की तिला अगदी आईच्या कुशीत आल्यासारखं वाटायचं.

पूल संपला, की ती मास्तरांना म्हणायची,

"मास्तर, आता मी जाईन, समोर तर घर आहे." पण मास्तर तिचा हात न सोडता म्हणायचे,

"नको, बाजार संपला, की मग एकटी जा. दिवसातून तीन वेळा बस ये-जा करते. जर का एकदम आली, तर?"

शुभदाला आणि मास्तरानांही ठाऊक होतं, की दिवसातून तीन वेळा येणाऱ्या बसची वेळ ठरलेली होती. तरीसुद्धा ते बाजार संपेपर्यंत तिच्याबरोबर जायचे.

शुभदाला नेहमी वाटे, मास्तरांना आपल्याबरोबर घरी न्यावं. आईला सांगून त्यांना सरबत किंवा काहीतरी खायला द्यावं. पण मास्तर अंघोळ, पूजा केल्याशिवाय खात नसत. अंघोळीआधी फक्त चहा घ्यायचे आणि पान खायचे.

शुभदा घरात जाईपर्यंत ते तसेच उन्हात उभे असत. तिच्या मनात विचार येई की, मास्तर आपल्यासाठी इतकं करतात, पण त्या बदल्यात त्यांची काहीच अपेक्षा नसते. कोणत्याच पालकासमोर त्यांनी कधी हात पसरला नाही. अभ्यासात कमी आहे, म्हणून, एखाद्या मुलाला जास्त शिकवलं, म्हणून त्यांनी कधी जास्त पैसे मागितले नाहीत. खऱ्या अर्थानं ते विद्यादान करतात. मुलांवर माया, प्रेम करतात.

मास्तर तिला म्हणायचे,

''तुझ्या आई-बाबांना तुला लक्ष्मीच्या रूपात बघायचं आहे. पण मला तुझं सरस्वतीचं रूपही बघायचं आहे. अभ्यासात चांगलं लक्ष दिलंस, तर सरस्वती होशील. आपल्या गावाचं नाव काढशील.''

आज ज्या पदावर शुभदा अध्यापिका आहे, त्यात मास्तरांचा वाटा खूपच महत्त्वाचा आहे, ही गोष्ट ती नाकारू शकत नव्हती. कधी मास्तरांची आठवण आली, की जगन्नाथाचंच रूप तिच्या डोळ्यांपुढं उभं राहायचं. हात आपोआपच जोडले जायचे. तिला वाटायचं, की जगन्नाथाला केलेला नमस्कारही नारायण मास्तरांना पोचेल.

'गुरुर्ब्रह्मा गुरुर्विष्णुः गुरुर्देवो महेश्वराः' हे जणू मास्तरांसाठीच लिहिलं गेलं होतं!

तेच मास्तर मदत मागण्यासाठी चार वेळा येऊन दर वेळी तसेच परत गेले. मास्तरांनी मदत मागणं जितकं आश्चर्यकारक होतं, तितकंच दुःखदायकही होतं. अभाव असता स्वभाव नष्ट होतो, असं म्हणतात. त्यात त्यांचं वयही झालंय, मिळकत तर काही नाही. मुलगा बेकार, वडिलांवरच ओझं झालेला. बहुतेक त्यालाच कुठंतरी नोकरीला लावायचा किंवा व्यवसायासाठी आर्थिक मदत मागण्याचा त्यांचा हेतू असावा. पण मास्तरांनी काही आवाक्याबाहेर मागितलं, तर? तशी खूप जणांना ती मदत करायची...आणि हा गुण तिला तिच्या आईकडून लाभला होता. पण कधी कधी मदत करणं अशक्य असायचं. त्यामुळेच तिचे, हितचिंतकांपेक्षा हितशत्रू जास्त होते. तिच्या या मदत करण्यापायी तिचा नवरा आणि मुलंही तिच्यावर चिडायची. त्यामुळेच आजकाल कोणाला मदत करण्यापूर्वी ती दहा वेळा विचार करायची.

आज तिच्यासमोर हात पसरून मास्तरांनी स्वतःला का बरं कमी लेखलं? ते नक्कीच खूप अडचणीत असावेत, अन्यथा ते कधीही मदत

मागायला तिच्या दाराशी आले नसते. त्यांची भेट झाली नाही, म्हणून ती सगळ्यांवर चिडली. अगदी व्याकूळ झाली. आणि मग चौकशी करता करता समजलं, की तिच्या धाकट्या मुलानंच त्यांना परत पाठवलं होतं.

ती अंघोळीला गेली होती. धाकट्यानं दार वाजवलं,

"आई, तुझ्याकडं कुणीतरी आलं आहे."

"कोण?" तिनं मोठ्या आवाजात विचारलं.

"मला माहीत नाही," मुलगा उत्तरला.

"अरे, मग विचार तरी, काय काम आहे."

"अगं आई, विचारलं, तर म्हणाले, 'तुझ्या आईलाच बोलाव, तू लहान आहेस, तुला कसं कळणार, मी कोण आहे ते?"

शुभदाला वाटलं, नक्कीच कोणीतरी हितशत्रू. त्यात परत डोळ्यांत साबण गेलेला. म्हणून चिडलेली शुभदा जोरातच ओरडली,

"कुणी सद्गृहस्थ असतील, तर त्यांना बसायला सांग."

"अगं आई, कुणी तरी फाटका म्हातारा आहे. सद्गृहस्थ तर नाहीच नाही."

"मग त्यांना सांगून टाक, बाईसाहेब अंघोळीला गेल्या आहेत, उशीर लागेल, तेव्हा नंतर या."

आज हे सगळं लक्षात आल्यावर ती मुलावरच ओरडली,

"इतकं शिकला सवरलास; पण अजून सद्गृहस्थ कोण, ते ओळखता येत नाही? अरे, नारायण मास्तर जर सद्गृहस्थ नाहीत, तर या जगात कोणीच सद्गृहस्थ नाही."

धाकटा मनातल्या मनात म्हणत होता.

'सद्गृहस्थ कोण, ते तू तरी ओळखतेस का? ज्यांना तू सद्गृहस्थ म्हणून बैठकीच्या खोलीत बसवतेस, ते काही ना काही बेकायदा काम करून घेण्यासाठीच तर तुझ्याकडं आलेले असतात. त्यांच्या मुलांचे मार्क वाढवण्यासाठी, नाहीतर बाबांकडून काही ना काहीतरी आडमार्गानं काम करवून घेण्यासाठी! सगळेच सभ्यतेचे मुखवटे चढवून आलेले! ते कसले आलेत सद्गृहस्थ?'

पण धाकटा वरकरणी म्हणाला, "कसं ओळखणार, कोण सद्गृहस्थ आहे ते? कपड्यांवरूनच ना? तो म्हातारा तर अगदी फाटका दिसत

होता. घरातही घेण्याची त्याची लायकी दिसत नव्हती.''

शुभदा विचार करत होती,

'खरं आहे. कुणाला म्हणायचं सद्गृहस्थ? काय त्याची व्याख्या? कसं मुलांना समजावू? की त्यांच्या नुसत्या पायधुळीनंही हे घर पवित्र झालं असतं.'

पत्राला उत्तर काय द्यायचं काहीच समजत नव्हतं. त्यांनी मागितलेली मदत आवाक्याबाहेरची असेल, तर ती काय करू शकणार होती? आणि एकदा होकार दिल्यावर नकार देणं जड गेलं असतं. सध्या मास्तरांची परिस्थिती फार बिकट होती, असं ऐकिवात होतं. एक वेळचं जेवून दिवस काढायची वेळ त्यांच्यावर आली होती. त्यामुळे काय उत्तर द्यायचं या नुसत्या विचारात काही दिवस निघून गेले. आणि अचानक रजिस्टर्ड पोस्टानं पत्र आलं. मुलांनी आणि नवऱ्यानं तिला चिडवलंही,

''आलं समन्स, अगदी रजिस्टर्ड पोस्टानं आलं. आता तू नाहीही म्हणू शकत नाहीस, बघ बघ! उघडून किती गुरुदक्षिणा मागितली आहे, ते.''

दुःखानं, व्याकुळतेनं शुभदाचा चेहरा काळवंडला. तिनं पत्र उघडून वाचायला सुरुवात केली. पत्र वाचून संपलं आणि ती अक्षरशः कोसळली. तिचं शिक्षण, तिचं समाजातील स्थान, मान, सन्मान, संपत्ती सारं, सारं काही धुळीला मिळालं. पत्र मास्तरांनी नव्हे, त्यांच्या मुलानं लिहिलं होतं.

पूजनीय ताई,

पंधरा दिवसांपूर्वी बाबा गेले. अगदी शेवटच्या क्षणापर्यंत ते तुझी वाट बघत होते. त्यांना अगदी खात्री होती, की चार वेळा तुझ्या दारातून परत गेल्याचं वाचून तरी तू नक्की त्यांना भेटायला येशील. निदान 'मदत करीन' म्हणून पत्र तरी पाठवशील. तुझं असं नुसतं पत्र जरी मिळालं असतं, तरी त्यांनी सुखानं डोळे मिटले असते.

ताई, बाबा शेवटी कर्जाचं ओझं घेऊन गेले. आणि तेच त्यांचं दुःख होतं. माझ्या बहिणीच्या लग्नाच्या वेळी तुझ्या वडिलांनी त्यांना दोन हजार रुपये स्वतःहून दिले होते; आणि त्या वेळी त्या पैशाची जरूरही होती. नाहीतर लग्न मोडलं

असतं. तुझ्या वडिलांनी मदत म्हणून ती रक्कम दिली होती, तरी बाबांनी ती कर्ज समजूनच घेतली होती. आणि जमेल तशी परत करण्याचा निश्चय केला होता. पण ते काही जमलं नाही. मी हा असा बेकार. ते कर्ज फेडणार कोण? मध्यंतरी तुझे वडीलही गेले. म्हणून ते पैसे तुझ्या भावांना कसे देता येतील, हे विचारण्यासाठी बाबा तुझ्या दारी आले होते.

त्यांच्या दृष्टीनं ती दोन हजारांची रक्कम आज व्याजासकट दहा हजारांवर गेली होती. म्हणून फक्त राहतं घर माझ्यासाठी ठेवून बाकीचा जमीन-जुमला त्यांनी तुझ्या नावावर केला आहे. तो विकून आलेले पैसे तुझ्या भावांना तू द्यावेस, हीच आणि एवढीच मदत त्यांना तुझ्याकडून हवी होती. त्यासाठी स्वतःच्या तब्येतीची पर्वा न करता व ऐपत नसतानाही चार वेळा ते तुझ्याकडे आले होते. मी हा असा अयोग्य ठरलेला; बाबा आजारपणामुळे असहाय झालेले. अशा परिस्थितीत आमची सोन्यासारखी जमीन कवडीमोलानं विकत घेऊन बळकावण्याचा मनसुबा होता गाववाल्यांचा. योग्य किंमत येती, तर त्यांनी केव्हाच जमीन विकून कर्ज फेडलं असतं आणि आज शांत मनानं ते गेले असते.

पण तुझ्याकडून काहीच उत्तर न आल्यानं ते कर्जाचं ओझं घेऊन गेले. तुला थोडा त्रास होईल, पण त्यासाठी तू त्यांना क्षमा करावीस, असा निरोप ठेवून त्यांनी हे जग सोडलं.

कळावे,

तुझा अभागी,
नवीन.

शुभदाच्या अंदाजाप्रमाणे त्या जमिनीची किंमत दहा हजारांपेक्षा कितीतरी जास्त होती. मास्तरांनी तिच्यावर हे दुःखाचं आणि अपराधाचं ओझं का बरं ठेवलं? बहुतेक तिच्यावरच त्यांचा जास्त विश्वास होता...

*****

सगळं घर भाड्यानं दिलेलं आहे. घरालगतच बाथरूम वगैरे सर्व सोयी असलेली एक खोली आहे. त्याच खोलीत घराचे मालक, निवृत्त प्राध्यापक अखिलमोहन आणि त्यांची पत्नी रमाराणी असे दोघं जण राहतात. वरचा मजला बांधण्याची कल्पना कधीकाळी मनात होती, पण आता नाही आणि काही गरजही नाही! तिन्ही मुलं शिक्षणानंतर बाहेरच असतात. बाहेर म्हणजे देशाबाहेर सातासमुद्रापार. उच्चशिक्षित माणसं विदेशात राहतात, कारण आपल्या देशात म्हणे, त्यांच्या उच्च शिक्षणाचा उपयोग नसतो! दुसऱ्या देशासाठी ती अशी उपयोगी असतात. आणि अशी माणसं उन्नत देशांची शोभा वाढवतात, त्यांना आणखी उन्नत करतात; पण स्वतःच्या देशाच्या उन्नतीची मात्र त्यांना पर्वा नसते.

स्वतःच्या मिळकतीनुसार अखिलबाबूंनी एक छोटंसं घर बांधलं होतं. घराच्या बांधकामाला सुरुवात झाल्यापासूनच रमाराणींची सतत धुसफूस आणि नवऱ्यामागे एकसारखी भुणभुण चालू होती,

'मुलं आत्ता लहान आहेत. एका खोलीत झोपतात. अहो, बघता, बघता मोठी होतील! लक्ष्मीच्या पावलांनी सुना येतील. मुलगी आणि जावईही येतीलच की अधूनमधून दोन-चार दिवसांसाठी; तेव्हा काय करणार आहात? त्यांना काय गच्चीवर का झोपवणार?'

अखिलबाबू हसत हसत, पण स्वभावसुलभ शांत स्वरात म्हणायचे,

"हे बघ रमा, तुझ्या-माझ्याशिवाय या घरात कोणी राहणार नाही. हे घर तुझं आहे. अगं, मुलं मोठी झाली की आपापल्या मार्गाला लागतील. कोण कुठं जाईल, सांगता का येणार आहे? जिथं जातील,

वार्धक्य भत्ता

तिथंच घर करतील; अगदी तुझ्यासारखंच. तुझं इथं घर झाल्यापासून तू गं, कितीदा गावाकडं जाऊन राहिली आहेस?''

त्यावर रमाराणी अतीव आत्मविश्वासानं म्हणायच्या,

''बघाच तुम्ही, कोणी कुठंही गेला आणि त्यानं कितीही मोठं घर बांधलं ना, तरी येणार सगळे इथंच. माझ्या हाताची चव त्यांना इथं ओढून आणील. जेवल्यानंतर माझ्या पदराला तोंड पुसल्याशिवाय का त्यांना चैन पडणार आहे? मी काय ओळखत का नाही माझ्या मुलांना? अहो, आई आहे बरं मी त्यांची! आई...!''

'आई' हा शब्द ती अशा अभिमानानं आणि गौरवपूर्ण आवाजात लांबवायची, की त्याचा अर्थ असा असायचा, तुम्ही तर वडील आहात; आईची थोरवी तुम्हाला काय कळणार? या जन्मी तर ते शक्य नाही. आई व्हायला साता जन्मांचं पुण्य लागतं, म्हटलं!

रमाराणींच्या मातृत्वाच्या अतूट विश्वासाला अखिलबाबूंना धक्का द्यायचा नव्हता. आपल्या अपुऱ्या मिळकतीत तीनही मुलांना तिनं किती मुश्किलीनं वाढवलंय, ही गोष्ट ते चांगल्या प्रकारे जाणून होते. जितके दिवस ती अज्ञानात सुखी आहे, तितके दिवस ती सुखीच राहू दे; कारण तिला तरी कुठं माहीत आहे, की सगळ्याच आयांचा आपल्या मुलांवर तिच्यासारखाच जो अखंड अधिकार आणि अगाध विश्वास असतो, तो एक दिवस दुसऱ्या स्त्रीच्या हातांत जात असतो. विश्वासाचं हे वाळूचं घर काळाच्या लाटेबरोबर जमीनदोस्त होत असतं......

आणि एक दिवस खरोखरच रमाराणींचा तो विश्वास तुटला, सगळ्याच आयांचा आपल्या लाडक्या मुलांवरचा तुटतो, तसा. आणि त्यानंतर सगळं घर भाड्यानं दिलं गेलं.

घर भाड्यानं देईपर्यंत आशा होती, कोणी ना कोणी, तिघांपैकी एक जण तरी मोठी सुटी काढून येईल. बरेच दिवस राहील. मुलगी नवऱ्याबरोबर परदेशी स्थायिक झाली होती. दोघा मुलांपैकी एक जण जर्मनीत आणि एक अमेरिकेत होता. दोघांनी तिथल्याच मुलींशी लग्न केलं होतं. स्वतःची घरंही तिथंच केली होती.

मुलांनी लग्नाबद्दल कळविण्यात मात्र कुचराई केली नव्हती. मोठ्यानं लग्नाच्या एक दिवस अगोदर, तर धाकट्यानं लग्नानंतर लगेचच कळवलं होतं. तोपर्यंत रमाराणींनी जवळजवळ शंभर मुलींना नकार

कळवला होता. अखिलबाबू सुरुवातीपासूनच अशा प्रकारच्या सांसारिक जबाबदाऱ्या टाळण्यात पटाईत होते. सुटकेचा निःश्वास टाकून ते म्हणाले,

"चला, काळजी मिटली. नाहीतर तू ज्या प्रमाणात मुलींना नाकारत होतीस, ते बघून मुलं बिनलग्नाची राहतात की काय, अशी भीती मला वाटत होती. मुलांनी बाकी नक्की तुला आवडतील, अशाच मुली निवडल्या असतील. शेवटी मुलं कोणाची आहेत? त्यांची निवड थोडीच चुकीची असणार?"

तरीही रमाराणी आपला मातृत्वाचा अहंकार सोडण्यास तयार नव्हत्या. स्वतःचीच समजूत घालत म्हणाल्या,

"का नाही? माझीच मुलं आहेत ती! रक्ताचं पाणी करून वाढवलंय मी त्यांना. ती कधी चुकीचं वागलीच नाहीत. आता यातही त्यांची काही चूक नाही. जसा देश, तसा वेष. आपल्या इंडियन मुली कितीही शिकल्यासवरल्या, आधुनिक असल्या, तरी त्या काय माझ्या प्रगतिशील विचारांशी जुळवून घेऊ शकल्या असत्या? आता आपल्या प्रियाचंच बघा, इंग्रजी मीडियममध्ये शिकली. दिल्लीला एम.ए. करून कॅनडाला डॉक्टरेट घेतली. पण आजही कोणी जोरात बोललं, की डोळ्यांत पाणी.. काय नाही मी शिकवलं तिला? कशातही कमी नाही, पण मुलखाची भित्री. शेवटी इंडियन मुली इथून तिथून अशाच. चला...बरं झालं, आता मला दोघांची काळजी नाही."

इतकं झालं तरीही घर भाड्यानं दिलं नाही. ते छोटंसंच घर, पण रमाराणी सहा-सात वेळा पुसायच्या. कधीतरी तर येतील... नक्कीच येतील. निदान आपल्या जन्मस्थानी नाही येणार?

दोन्ही मुलांना एकापाठोपाठ मुलं झाली. मोठ्या मुलाला दोन्ही मुलगे आणि धाकट्याला एक मुलगा आणि एक मुलगी. पत्रं आली, त्याबरोबर फोटो आले. आपल्या आईपासून मुलं थोडंच काही लपवून ठेवत होती!

मोठ्या मुलानं पत्रात लिहिलं,

'सुनेला आणि नातवंडांना एकदमच बघायचं भाग्य तुझ्याशिवाय आहे कोणाचं?"

धाकट्यानं लिहिलं,

'आई, तुझी सून म्हणत असते, तुझ्या खूप पार्ट्या राहिल्या आहेत. आमच्या लग्नाची, मुलांच्या जन्माची, त्यांच्या वाढदिवसांची. इंडियात आलो, की सगळ्या पार्ट्या एकदमच देऊ. लवकरच आम्ही इंडियात येतोय.'

मुलाच्या पत्रातील 'लवकर' म्हणजे किती उशिरा येणार आहे, हे रमाराणीच्या भाबड्या मनाला समजत नसे.

वर्षामागून वर्षं सरली. आता तर नातवंडांचे बोल कॅसेटमधून येत होते. बरोबर सुनाही बोलायच्या. गुड मॉर्निंग, मॉम, वुई आर ओ.के. हिअर! अभी इज ऑलराईट..नेव्हर बॉदर फॉर हिम..वगैरे. अभिजित मोठा मुलगा.

धाकट्या सुनेची लाडीक तक्रार तरंगत यायची,

'आय ब्लेम यू, मम्मी! यू हॅव स्पॉईल्ड अमी! ही इज सो डिपेंडन्ट..हाऊ सिली..

अमियकांत धाकटा मुलगा.

कॅसेट ऐकून हसता हसता रमाराणींची पुरेवाट व्हायची. हसून हसून डोळ्यांतून पाणी यायचं. म्हणायच्या,

''ऐकताय ना! किती बरं वेड्या या मुली.. ना ओळख, ना पाळख.. ना कधी बोलणं झालंय.. तरीही किती आपलेपणानं तक्रारी करताहेत.. आणि बोलणंही मोठं गोड आहे यांचं.''

वरकरणी काहीही न दाखवता अशा छोट्या-मोठ्या गोष्टी सांभाळून घेण्याची असाधारण क्षमता रमाराणीजवळ होती. त्यासाठीही अखिलबाबूंना मनोमन आपल्या पत्नीचं खूप कौतुक वाटत असे.

रमाराणी दिवस मोजायच्या. वाटायचं, अचानक एखाद्या दिवशी दोघांपैकी कुणी येईलही.

त्यांना आठवायचं, अगदी काल-परवा झाल्यासारखं, रात्रीच्या एखाद्या मधुर स्वप्नाप्रमाणे, अगदी हाताशी असल्यासारखं. मुलं कॉलेजमध्ये शिकताना हॉस्टेलवर राहत होती. कशी त्यांची पत्रं असायची...

'आई गं, इथं जेवण्याखाण्याची सोय तर चांगली आहे; पण तुझ्या हाताची सर नाही.. चव नाही. त्यामुळं कितीही खाल्लं ना, तरी पोट भरत नाही.. काही तरी कमी वाटत राहतं इथल्या स्वयंपाकात.'

मुलीचं पत्र- 'आई, खूप थंडी आहे गं, इथं..गरम कपडे घालूनही

थंडी भागत नाही. तुझ्या कुशीत कसं छान ऊबदार वाटायचं. इथं कुठं बरं मिळणार ती ऊब?'

धाकटा लिहायचा,

'आई, इथं फार उन्हाळा आहे. तुझे हात कसे उन्हाळ्यात गार आणि थंडीत उबदार असतात. तुझी फारच आठवण येते. आई, काल मी फार वाईट स्वप्न बघितलं, गं! त्यामुळं अभ्यास सोडून तुला भेटायची फार इच्छा होते. पण बाबा रागावतील. तरीपण मी येतोच.. तू सांग ना बाबांना, की तूच पत्र पाठवून बोलावलं होतंस, म्हणून.'

आणि खरोखरच मुलं यायची. अभ्यास सोडून आली, म्हणून ती आणि त्यांचे बाबा दोघंही रागवायचे. पण रागावण्यातही प्रेम असायचं, जिव्हाळा आणि आत्मगौरव असायचा.

रमाराणींचं दिवस मोजणं काही संपलं नाही. आईच्या उबदार स्पर्शाची आठवण आता थंड प्रदेशात राहूनही मुलांना होत नाही. त्यांच्या खाण्यापिण्याच्या सवयीही बदलल्या आहेत. आईच्या हाताची चव जणू ते विसरून गेले. एवढंच काय, त्यांना आता वाईट स्वप्नंही पडत नाहीत. उलट, ज्यांना तिनं वाढवून मोठं केलं होतं, ते आज तिच्या स्वप्नात, फक्त सुखस्वप्नात होते. तरीही आशा सुटत नव्हती. कधीतरी येतील; नक्कीच येतील. आणि म्हणून घर आवरणं संपलं नाही. त्याच त्या चार खोल्या सतत नीट लावून ठेवणं संपलं नाही.

ते आले. अमियकांत आणि एंजेला, पाच वर्षांचा रिंकू आणि तीन वर्षांची मुलगी ॲनी. रमाराणींनी दहा दहा वेळा घर झाडून पुसलं. विदेशी नाजूक सुनेला उन्हाचा त्रास होऊ नये, म्हणून दाराखिडक्यांना वाळ्याचे पडदे लावले. मुलाच्या आवडीचे पदार्थ तयार केले. नवरा-बायको भाड्याची टॅक्सी करून एअरपोर्टला गेले. पहिल्या भेटीत सुनेला देण्यासाठी नवऱ्याच्या सांगण्यावरून- मनाला पटत नव्हतं तरी- फुलांचे दोन गुच्छ घेतले. सभ्य समाजाचा हा रिवाज आहे, म्हणे. सुनेला प्रसन्न ठेवण्यासाठी मनाला न पटणाऱ्या कोणत्याही गोष्टी करायची रमाराणींची तयारी होती. कारण विदेशी सुनेची मर्जी सांभाळणं महत्त्वाचं होतं. त्यांना आठवलं, त्या सून होऊन या घरात आल्या होत्या, तेव्हा सासूची मर्जी सांभाळता सांभाळता त्यांच्या नाकी नऊ आले होते. सगळी काळाची करामत. मनात असो वा नसो, माणूस जणू

काळाच्या अधीन असतो.

समोरून अमी, एंजेला, रिंकू आणि ॲनी येत होते. सुनेचं रूप बघून दोघेही सुखावले. रमाराणी म्हणाल्या,

"मी नव्हते का म्हणत की, माझ्या मुलाची निवड अगदी अचूक असणार म्हणून?"

अखिलबाबू नातवंडांकडे बघून म्हणाले,

"नातवंडांना बघ! दोघंही अगदी त्यांच्या आईवर गेली आहेत. तुझ्या मुलाचं रूप नाही घेतलं."

त्यावर रमाराणी हसत हसत म्हणाल्या,

पण शेवटी मुलं तर माझीच आहेत ना! अहो, रक्त शेवटी माझंच...

एक मोठी अत्याधुनिक गाडी त्यांच्या टॅक्सीमागे रस्त्याच्या कडेला उभी होती. टॅक्सी घेऊन आल्यामुळे अखिलबाबू स्वतःवर खूश होते. आपला मुलगाही नक्कीच खूश होईल. कारण पेट्रोलची किंमत बघता कटकहून इथं भुवनेश्वरला टॅक्सी करून येणं तसं सोपं नाही.

पण, हे काय..? अमी बायको-मुलांना घेऊन त्या मोठ्या गाडीकडेच चालला होता. एंजेला म्हणाली,

"तुम्हाला त्रास नको, म्हणूनच ही व्यवस्था केली आहे. चार चार माणसांचं करायचं.. ते पण एक-दोन दिवस नाही. तर दोन आठवडे.. इतकं सोपं नाही. त्यात इंडियातली वाढती महागाई..."

एंजेलाला गप्प बसण्याची खूण करत अमी घाईघाईत म्हणाला,

"नाही.. नाही. तसं काही नाही.. खरं कारण म्हणजे हिची स्किन इतकी डेलिकेट आहे, की ए.सी. नसेल, तर तिच्या सगळ्या अंगभर छोटे छोटे फोड येतील. तेच मुलांच्या बाबतीत आहे. जितके दिवस इथं आहोत, तितके दिवस सगळ्यांच्या तब्येती चांगल्या राहणं महत्त्वाचं. आजारी पडली, तर इंडियात येऊन काय फायदा? तुझं काय म्हणणं आहे. आई, तूच सांग..आणि म्हणून मी आधीच ए.सी. हॉटेलमध्ये बुकिंग केलं आहे." रमाराणी मान हलवत हळूच म्हणाल्या,

"जगन्नाथाच्या कृपेनं कोणीही आजारी न पडो. आलात, तसेच सुखात परत जा."

अखिलबाबूंनी विचारले,

“आणि हे दोन आठवड्यांचं काय? तू पत्रात तर दोन महिन्यांसाठी येतो आहेस, असं लिहिलं होतंस.”

“आलोय दोन महिन्यांसाठीच; त्यांतले दोन आठवडे इथं, ओरिसात. दोन आठवड्यांत इथलं सगळं बघून नाही होणार. भारतातील इतर ठिकाणंही यांना दाखवायची आहेत. त्यासाठी बाकीचे दिवस. इंडियाबद्दल काहीच माहिती नाही यांना. एंजीला तर वाटतं, इंडिया म्हणजे फक्त जंगलं, साधू, भिकारी, साप, वनमानव आणि भूतप्रेत. शिवाय मुलांनाही आपल्या देशाबद्दल, पूर्वजांबद्दल माहिती असणं जरुरीचं आहे. शेवटी आपला देश म्हणजे आईच की!”

अखिलबाबू म्हणाले,

“गुड्.. गुड् ... आपल्या मातृभूमीबद्दल यांच्या मनात आदर निर्माण करणंही महत्त्वाचं आहे. अगदी बरोबर आहे. तुझ्या या भावनेचं मला मनापासून कौतुक वाटतं.”

आपली प्रशंसा ऐकून अमीला आनंद झाला. आपल्या प्रवीण अध्यापक वडिलांनी आपल्या निर्णयाचं समर्थनं केलं, हीच केवढी मोठी गोष्ट.

दोन गाड्या..दोन वेगवेगळ्या दिशांना गेल्या. एक वातानुकूलित हॉटेलकडं.. दुसरी रिकाम्या घराकडे.

दोन आठवड्यांत मुलाला आणि सुनेला चार वेळा ‘गार्डन पार्टी’ दिली, कारण छोट्या घरात सुनेला त्रास होईल! आणि दुसरं असं की, दाखवण्यासारखं असं काही त्यांच्या त्या छोट्या घरात नव्हतंच.

आईच्या हातचे सारेच पदार्थ अमियकांतनी अगदी पोट भरून खाल्ले. जेवण झाल्यावर तो आईच्या पदराला तोंड पुसतच होता, एवढ्यात एंजेला म्हणाली,

“नो, अमी, धीस इज अनहायजिनिक!” त्यावर ‘सॉरी’ म्हणत त्यानं आईचा पदर सोडला. रमाराणींनी विचार केला..

“काही असो.. सुनेचं आपल्या नवऱ्याच्या तब्येतीकडं किती बरं लक्ष आहे.”

रिंकू आणि ॲनीला आईजवळ सोडून दोघे जण ओरिसा फिरून आले. जायच्या आधी अमियकांत म्हणाला,

“तुम्ही दोघं माझ्याकडं या, उगाच कशाला इथं राहता? दादाचंही

म्हणणं तेच आहे. काही दिवस माझ्याकडे राहा, काही दिवस त्याच्याकडे राहा. आयुष्यभर कमी का कष्ट केलेत तुम्ही? आता आमच्याकडे आरामात राहा.''

रमाराणींनी विस्मयानं विचारलं,

''आणि माझं हे घर! हे कोणावर सोडून जाऊ?''

''घर.....'' जोरात हसत अमियकांत म्हणाला,

''अगं आई, एकदा माझं घर बघच तू. माझं घर बघून तुझ्या मुलांना तू कसं घडवलं आहेस, ते तुला कळेल. तुझ्या मुलाचं घर बघायला तुला नाही आवडणार का?''

रमाराणी सहज आवाजात म्हणाली,

''जगन्नाथाच्या कृपेनं तुम्ही सगळे सुखात राहा, म्हणजे झालं. मी घर बघितलं काय न बघितलं काय; इथलं तू बघतो आहेस ना? घर दार, झाडं-बाग सगळं कसं बहरलेलं आहे, ते! माणसांशिवाय काय हे सगळं व्यवस्थित राहील? लिंबाचं झाड बघ, फुलांनी बहरलंय, केळीला केळफूल आलंय. शेवग्याचं झाड शेंगांच्या भारांनी वाकलंय. फुलझाडं तर कळ्यांनी आणि फुलांनी लगडली आहेत. आम्ही इथं राहिलो नाही, तर हा सगळा माझा संसार...हे सगळं कोण बघणार? ...कसं हे सगळं सोडून येऊ? तूच सांग, अमी?''

एंजेला नवऱ्याला म्हणाली,

''अमी, कोणाच्या स्वातंत्र्यावर अंकुश लावणं ठीक होणार नाही. त्यांना त्यांच्या घरात राहू दे. आपल्या घरी कायमचं राहायला त्यांनाही आवडणार नाही. तुमच्या देशात, 'वार्धक्य भत्ता', देण्याची काही सोय नाही. म्हणून दर महिन्याला काही न काही, 'वार्धक्य भत्ता' पाठविण्याची तू सोय करायला पाहिजेस. तुझ्यासाठी त्यांनी खूप खर्च केलेला आहे... आणि मला वाटतं, सध्या त्यांची आर्थिक स्थितीही तशी चांगली नसावी.

अमियकांत अति शरमेनं म्हणाला,''एंजी, तुझी ही भाषा, हे बोलणं इथं आमच्या देशात चालायचं नाही. 'वार्धक्य भत्ता' हा तर शब्दही चालणार नाही. अगदी कटू शब्द आहे तो.''

त्यावर सारवासारव करत अखिलबाबू म्हणाले,

''भाषेपेक्षा मी भावनेला जास्त महत्त्व देतो. तिच्या बोलण्यातला

भाव मला समजला. तिचा हेतू आम्हाला मदत करावी, असाच आहे. आम्ही तुझ्यासाठी केलेल्या खर्चाची परतफेड तू करावीस, असं तिचं म्हणणं आहे. पण तिला बिचारीला काय माहिती, की इथं आपल्या या देशात बाप आणि मुलात असे व्यावहारिक संबंध कधीच नसतात.''

रमाराणी डबडबलेल्या डोळ्यांनी अवाक होऊन सर्व ऐकत होत्या. एक दीर्घ श्वास सोडून त्या म्हणाल्या,

''जगन्नाथाच्या कृपेनं आम्हाला काही कमी नाही. सगळं व्यवस्थित आहे. तुम्ही नीट राहा. त्यातच आम्हाला आनंद आहे. आमचं सुख आहे.''

निघायच्या एक दिवस आधी, एंजेला एक पाकीट सासूच्या हातात देत म्हणाली,

''इथले चार्जेस मला माहीत नाहीत. बघा, ठीक आहे का, नाही.''

पाकिटात काही नोटा बघून रमाराणी म्हणाल्या,

ही कुठल्या चार्जबद्दल.. काय म्हणते आहे? आणि हे पैसे....हे पैसे कशासाठी?

एंजेला सहज स्वरात उत्तरली,

''इतके दिवस तुम्ही मुलांना सांभाळलंत त्यासाठी...बेबी सिटिंग...त्याचा चार्ज...''

रमाराणी पुतळ्यासारख्या निश्चल उभ्या होत्या. तोंडातून शब्द फुटत नव्हता. काय बोलणार तरी काय?

तेव्हा अमियकांत म्हणाला,

''हे काय करतेस, एंजी? इथं आमच्या देशात हे असं काही नसतं.'' आणि आईला समजावत तो म्हणाला, ''आई, तू मनाला लावून घेऊ नकोस. एंजीच्या मनात तसं काही नाही. त्यांच्या देशाची ही रीतच आहे, प्रत्येक गोष्टीचा हिशेब करायचा. मुलं मोठी झाली, की त्यांचेही आई-वडिलांबरोबर व्यावहारिक संबंध सुरू होतात. तिथं हे गैर मानत नाहीत. असं जर नाही केलं, तरच असभ्यपणा समजला जातो.''

त्यावर रमाराणी ठामपणे म्हणाल्या,

''चांगली गोष्ट आहे. आमच्या देशातही नातवंडांना पहिल्यांदाच बघितलं, की त्यांच्या हातावर काही ना काही देण्याचा रिवाज आहे. प्रेमाचं प्रतीक म्हणून... आणि तेच पाकीट त्यांनी रिंकूच्या हातावर ठेवलं.''

ते सगळे परत गेले आणि ते गेल्याबरोबर कडेची एक खोली सोडून बाकीचं घर अखिलबाबूंनी भाड्यानं दिलं. नुसतं घर रिकामं ठेवण्यात काही अर्थ नाही, असा त्यांनी विचार केला. कारण कधी काळी मुलं आलीच. तरी ती काही घरात राहणार नाहीत. त्यांचं हे छोटंसं घर वातानुकूलित नाही. त्यात गावात इतकी मोठी मोठी आणि छान हॉटेल्स आहेत. त्यात टूरिस्ट लोकांसाठी सर्व प्रकारची व्यवस्था आहे. त्यांची मुलंसुद्धा टूरिस्टच तर आहेत.

पहिल्याच बिऱ्हाडात होते नवरा, बायको आणि त्यांचा मुलगा सूरज, असे तिघेजण.

बऱ्याच दिवसांपासून शांत असणारं ते रमाराणींचं घर सूरजच्या हसण्या-खिदळण्यानं भरून गेलं. त्याच्या बालरूपात त्या अभी, अमी व प्रियाचं बालपण बघत होत्या. सूरजचं हसणं, बोबडं बोलणं, दुडदुड धावणं, खोड्या करणं सगळं जणू त्यांच्याच मुलांचं प्रतिबिंब.

सूरजची आई- मिसेस वर्गिस एका आयाच्या शोधात होती. कारण तिला दिवस राहिले होते. नवरा-बायकोचे सगळे रीतरिवाज पाश्चात्त्य होते. ओरिसात शिक्षित आया मिळणं तसं कठीणच. दोन महिन्यांत तीन आया आल्या आणि गेल्या. मिसेस वर्गिसचे दिवस आता भरत आले होते आणि मनासारखी आया मिळत नव्हती. सूरजसाठी कोणीतरी एक जण असणं अगदी जरुरीचं होतं.

रमाराणींनी सूरजला जवळ घेतलं. मिसेस वर्गिसला त्या म्हणाल्या,

"हे बघ वैजयंती, तू मला अगदी मुलीसारखी आहेस. म्हणजे सूरज माझा नातू झाला. त्याची काळजी तू मुळीच करू नकोस. जोपर्यंत तुला चांगली आया मिळत नाही, तोपर्यंत सूरजची जबाबदारी माझ्यावर. तू दवाखान्यात गेलीस, की तो माझ्याजवळ राहील. अगं, तिघाजणांना वाढवून मी मोठं केलेलं आहे आणि सगळे परदेशांत प्रतिष्ठित नागरिक आहेत. तेव्हा माझ्यापेक्षा चांगली आया तुला मिळणार नाही." म्हणत रमाराणी आत्मखुशीनं हसल्या.

वैजयंती कृतज्ञतेनं म्हणाली,

"आंटी, धन्यवाद! मी आता निश्चिंत झाले. पण सूरज फार मस्ती करतो. तुम्हाला त्रास होईल. आयासाठी मी पेपरात जाहिरात दिलेली आहेच."

"ठीक आहे, ठीक आहे. तू आता कसलाही विचार न करता आराम कर. या दिवसांत मनावर ताण असणं चांगलं नाही. मी आहे ना! तू काही काळजी करू नकोस." रमाराणी म्हणाल्या.

रमाराणी आणि अखिलबाबूंचे नीरस दिवस सूरजच्या कौतुकात न्हाऊन निघाले.

रमाराणींचा दिवस उजाडायचा सूरजच्या बोबड्या बोलांनी, रात्री रमाराणींच्या कुशीत झोपलेल्या सूरजला वैजयंती हलकेच घेऊन जात होती. सूरजच्या बाबांची केव्हाही बदली होऊ शकत होती. त्यामुळे सूरज कितीही झालं तरी पाहुणा आहे, हेही रमाराणी विसरल्या.

सूरज...सूरज..सूरज! सगळी पृथ्वी जणू सूरजमय झाली होती.

पंधरा दिवसांनी छोट्या बाळाला घेऊन वैजयंती दवाखान्यातून आली. सूरजनं आईचं नावही काढलं नाही. उलट, वैजयंतीनं त्याला घेण्यासाठी हात पुढं केला, तर सूरजनं मान हलवून रमाराणींच्या पदरात तोंड लपवलं. रमाराणी गर्वानं म्हणाल्या,

"बघ वैजू, तुझा सूरज...माझा नातू सूरज, माझा अभी..माझा अमी...प्रिया.." आणि त्यांचे डोळे पाण्यानं भरून आले.

वैजयंती खोटा राग दाखवत म्हणाली,

"किती लबाड! पंधरा दिवसांत मला विसरला."

रमाराणी प्रसन्नपणे हसत उत्साहानं म्हणाल्या,

"अगं, लहान मुलंच फक्त खरा स्नेह, ममता, प्रेम सर्व काही समजतात. देणं-घेणं, फायदा-तोटा असले हिशेब त्यांच्या गावीही नसतात."

पाच तारखेला घराच्या भाड्याचा चेक मिसेस वर्गिसनं एका पाकिटात घालून रमाराणींना दिला. चेकबरोबरच एक शंभराची नोटही होती. नोट बघून रमाराणी वैजंयतीला म्हणाल्या,

"वैजू, आजकाल तुझं लक्ष कुठं आहे? चेकबरोबर ही नोट? ..का, आहे काय?"

मिसेस वर्गिस व्यावसायिक स्वरात उत्तरली,

"हे बघा, आपण आमच्यासाठी जे केलंत, त्याचं मोल खूपच आहे. पण..मी एवढेच पैसे देऊ शकते."

"मोल....कसलं मोलं?" रमाराणींनी आश्चर्यानं विचारलं.

मिसेस वर्गिस थंड स्वरात म्हणाली,

"आंटी, तुमचे दोन महिन्यांचे बेबी सिटिंग चार्जेस, आजकाल तुमच्यासारख्या सुटवंग बायकांनी घरोघरी बेबी सिटिंगचं काम सुरू केलंय. तुम्ही आणखी दोन-चार मुलांना सांभाळलंत, तर तुम्हाला चांगले पैसे मिळतील. तुमच्याविषयीची माझी प्रशंसा ऐकून माझ्या काही मैत्रिणी तुमच्याकडे मुलांना ठेवायला तयार आहेत. तुमचाही वेळ जाईल आणि ...माझेही दोन पैसे वाचतील. आणि मुख्य म्हणजे, दुसऱ्यांच्या मुलांसाठी तुम्ही तुमचे श्रम आणि वेळ फुकट वाया का घालवायचा?"

रमाराणी हतप्रभ होऊन विचार करू लागल्या- मातृहृदयातून वात्सल्य, ममता आपोआपच पाझरते. त्यासाठी परिश्रम थोडेच घ्यावे लागतात? प्रेमदानानं शक्ती कमी न होता उलट वाढत; पण आजकालच्या या व्यवहारी लोकांसमोर या सगळ्या गोष्टी अगदी निरर्थक आहेत.

एवढा मोठा आघात कसाबसा सोसून, पैसे परत देत रमाराणी म्हणाल्या,

"मिसेस वर्गिस, माझा मोबदला..माझे परिश्रम काय एवढेच? त्यापेक्षा काही नाही दिलंत, तरी चालेल. तुला परवडत नसेल, तर देऊ नकोस. पण मार्केटमध्ये माझा रेट कमी करू नकोस. माझी तर तुझ्याकडून यापेक्षा बरीच अपेक्षा होती. त्याप्रमाणे देऊ शकत नसशील, तर माझ्याकडे सूरजला पाठवू नकोस," म्हणताम्हणता त्यांचा कंठ दाटून आला.

मिसेस वर्गिस आपले शंभर रुपये घेऊन चुपचाप निघून गेली.

धाड्कन दार बंद करून रमाराणी गळून गेल्यासारख्या कॉटवर पडल्या. खरंच का सूरजसाठी त्यांची एवढी शक्ती खर्ची पडली होती? एवढा गळाठा आलाच नसता..

दुसऱ्याच दिवशी घरमालकांनी मिसेस वर्गिसला घर सोडायची नोटिस पाठवली.

मिसेस वर्गिस आता आल्या गेल्याला सांगत होती,

"म्हातारीला आणखी किती रुपये पाहिजे होते, कुणास ठाऊक! काय लाखभर? म्हणाली असती, तर आणखी पंधरा-वीस का मी दिले नसते? काय करणार आहे एवढ्या पैशाचं, काय माहीत! हिच्या अशा

कंजूषपणापायी तर मुलं इथं येत नसतील, विचारत नसतील ..आणि आली, तरी हॉटेलमध्ये उतरत असतील!''

रमाराणी विचार करत होत्या, माझ्या प्रेमाचं मोल लाखापेक्षा कितीतरी अधिक आहे. पण ते लोकांच्या हिशेबी मनाच्या, व्याज कमावणाऱ्या कोष्टकात बसायचं नाही.

ज्या दिवशी सूरजनं घर सोडलं, त्या दिवशी रमाराणींनी काम काढलं आणि त्या घरात थांबल्याही नाहीत.

दुसऱ्या दिवशी पेपरात 'घर भाड्याने देणे आहे' शीर्षकाखाली जाहिरात होती. इतर माहितीबरोबर अखिलबाबूंनी त्यात लिहिले होते, ज्यांना लहान मुले-बाळे आहेत, अशांनी येऊ नये. अखिलबाबूंना माहीत होतं की, आजन्म मुलांच्या प्रेमाची भुकेली रमाराणी दुसऱ्यांच्या मुलांवर भरपूर प्रेम करील आणि योग्य प्रतिसाद नाही मिळाला, की तिचा परत परत अपेक्षाभंग होईल.

शेजारपाजारचे, ओळखीचे लोक जाहिरात वाचून म्हणू लागले, 'बघितलंत काय म्हातारी आहे! बाईला आता लहान मुलंही सहन होत नाहीत... म्हणूनच तर इतक्या वर्षांनी सून-मुलगा आले होते; पण स्वतःचं घर असूनसुद्धा ते हॉटेलमध्ये उतरले होते.'

या सर्वांबरोबरच रमाराणींच्या कानांवर पारिश्रमिक, बेबी सिटिंग, चार्जेस, लाभ-हानी, वार्धक्यभत्ता वगैरे शब्द येऊन आदळत होते.

पण त्यांच्या मातृहृदयाच्या सरळ साध्या शब्दकोषात या जटिल व अत्याधुनिक शब्दांचं नावनिशाण शिल्लक नव्हतं. हे सगळे शब्द त्यांच्यासाठी अर्थहीन होते.

*****

आजकाल रेल्वेनं कुठं जायचं, म्हणजे जरा धास्तीच वाटते. कारण गाडीमध्ये होणाऱ्या चोऱ्या, गाड्यांचे अपघात आणि त्याबरोबर आता एक नवीन भीती म्हणजे, गाड्यांतून होणारे बॉंबस्फोट.

पण बरोबरचा सहप्रवासी चांगला असला की, एरवी कंटाळवाणा वाटणारा रेल्वेचा प्रवास खूपच सुखावह होतो. तसा जनमेजयचा स्वभाव जुळवून घेणारा होता, तरीही कोणाही बरोबर त्यांचं गप्पांचं कोष्टक जमत नसे. त्याच्या स्वभावाशी जुळणारं कोणी भेटलं, तर तहानभूक विसरून त्याची गप्पांची मैफल बसायची.

जनमेजय फक्त विचारवंतच नव्हे, तर चिंतनशीलही होता. खूप वाचन करायचा. त्यावर चर्चा करायचा. त्यामुळे प्रवासात कोणी चांगला सहप्रवासी भेटला नाही, तर त्या वेळात तो चांगली चांगली पुस्तकं वाचायचा.

जनमेजयचा आणखी एक गुण; तो चांगला का वाईट, माहीत नाही; पण तो म्हणजे आपणहून तो अनोळखी माणसाशी ओळख करून घेत नसे. अनोळखी माणसानंच जर गप्पा सुरू केल्या, तर मग मात्र बांध फुटून शेतात पाणी पसरावं, तसा तो पसरायचा अगदी ऐसपैस...

त्या दिवशी तो एक छान पुस्तक दिवसभर वाचत होता. आत बायकांच्या कंपार्टमेंटमध्ये बायको आणि हा त्यांच्यासमोर बाहेरच्या बाजूला असलेल्या बर्थवर. बाथरूममध्ये जाणारे-येणारे प्रवासी त्याला बघत होते. पण त्याचं कोणाकडे लक्ष नव्हतं. आपण बरं की, आपलं पुस्तक बरं.

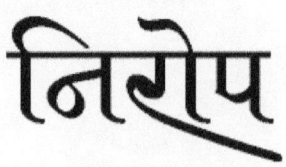

निरोप

तो दिवस तर निघून गेला. पण आणखी एक दिवस आणि एका रात्रीनंतर कटक येणार. त्याच्या मते लांबच्या प्रवासात अशा पुस्तकांसारखा दुसरा साथी नाही.

रात्री उशिरापर्यंत तो वाचत होता. बाकीचे सगळे झोपल्यामुळे त्यालाही लाईट घालवून झोपावं लागलं. पण झोप थोडीच येणार? बाथरूममधून येणारी घाण, माणसांची वर्दळ आणि अरुंद बर्थ म्हणजे रात्रभर शिक्षाच. सारी रात्र कूस बदलण्यातच गेली.

सकाळी स्वतःच लवकर आटपून चहा घेत असतानाच एका बाईचा आवाज आला,

''काल आपण जे पुस्तक वाचत होतात ते, वाचून झालं असेल तर ....नाही म्हणजे If you don't mind.''

बॅगेतून पुस्तक काढून देत जनमेजय म्हणाला,

''माझं वाचून झालं आहे; फारच छान पुस्तक आहे A classic piece of work.''

''Thank you! मी कालपासून मागायचं ठरवलं होतं. मी खूप दिवस या पुस्तकाच्या शोधात होते. पण मला काही कुठं मिळालं नाही.''

''मी आत्ता मुंबईला घेतलं'' जनमेजय म्हणाला.

''मी इतक्या घाईघाईत मुंबई सोडली की, काही खरेदीला मला वेळच मिळाला नाही; अन्यथा लांबच्या प्रवासात माझ्याजवळ एक-दोन पुस्तकं नक्की असतात.'' बाई म्हणाल्या.

''माझीही तीच सवय आहे.''

निघताना बाई म्हणाल्या,

''माझा बर्थ इथून तिसऱ्या कंपार्टमेंटमध्ये आहे. बरोबर माझे मिस्टरही आहेत. माझं वाचून झालं, की आणून देईन.''

''ठीक आहे. उतरायच्या आधी मला परत केलंत, तरी चालेल.''

''आम्ही ब्रह्मपूरला उतरणार आहोत; तुम्ही?''

''कटकला'' जनमेजय उत्तरला.

बाई आपल्या बर्थकडे निघून गेल्या. लेडीज कंपार्टमेंटमध्ये त्याची बायको विमला आता नाश्त्याच्या तयारीला लागली होती. तिच्या बरोबरच्या बायका घरच्यासारखंच समजून त्याला आत बोलावू लागल्या आणि म्हणाल्या,

"या, आत या. जायच्या यायच्या वाटेवर बसून तुम्हाला खूपच त्रास झाला आहे. इथं जागा रिकाम्या झाल्या आहेत. आत या."

जनमेजय आत जाऊन बसला. चला, आजचा दिवस तरी चांगला जाईल. बाहेरच्या दुसऱ्या श्रेणीच्या त्याच्या बर्थवर बाथरूममधून येणारी चौथ्या श्रेणीची घाण सहन करत रात्रभर त्याला पडून राहावं लागलं होतं. आजचा दिवस चांगल्या मुहूर्तावर सुरू झालेला दिसतोय. त्या बाईंमुळं सगळे योग शुभ दिसताहेत. बाई नुसत्याच सुरुचिसंपन्न नव्हे, तर सुलक्षणीही दिसत आहेत. आता काल रात्रीच जर या बायकांनी आत या म्हटलं असतं, तर?

थोड्या वेळानं हातात पुस्तक घेऊन त्या बाई लेडीज कंपार्टमेंटमध्ये आल्या आणि म्हणाल्या,

"मी दिवसा जरा इथं येऊन बसलं, तर चालेल का? तुम्हाला काही त्रास नाही ना होणार? त्याचं काय आहे, आम्हा दोघा नवरा-बायकोत एकच बर्थ आम्हाला मिळाला आहे. आत्ता 'हे' जरा विश्रांती घेत आहेत आणि समोरच्या बर्थवरची माणसं सारखी विड्या फुंकत बसली आहेत. त्या वासानंच माझं डोकं भणभणायला लागलं आहे. आता तिथं बसणं अशक्य आहे."

विमला त्यांना आपल्या शेजारी जागा करून देत म्हणाली, "या ना! या, बसा! आम्हाला काही त्रास होत नाही."

बसल्यावर बाई पुस्तक उघडून वाचायला लागल्या. पण त्यांना कोण वाचून देईल, तर ना त्या वाचणार? विमल दर पाचेक मिनिटांनी काही ना काही विचारत होती. त्यांना 'बिस्किटं घ्या, फरसाण घ्या,' म्हणून सांगत होती. शेवटी त्यांनी पुस्तक बंद केलं.

जनमेजय जरा चिडूनच विमलाला म्हणाला,

"अगं, त्यांना जरा पुस्तक वाचू दे की!"

बाई अगदी मनमोकळेपणानं हसत म्हणाल्या,

"अहो, रेल्वेत गप्पागोष्टी करणारं कोणी नाही भेटलं तर पुस्तकाची गरज भासते. एरवी पुस्तकाची गरज भासत नाही. मी पुस्तक नंतर वाचेन.'

मग जनमेजय त्या दोघींच्या लांबलचक गप्पागोष्टी तन्मयतेनं ऐकत बसला.

काय वय असेल बाईंचं? असेल सव्वीस-सत्तावीस. सौम्य चेहरा,

गोरा रंग, बाई ओडिया..नाही, ओडिया नाही. अजिबात नाही. मग काश्मिरी...हो काश्मिरीच. गोऱ्या रंगावर गुलाबी आभा, सरळ नाक, डोळेही ओडिया वाटत नव्हते. पण बाई ओडियाच निघाल्या. विमलाबरोबरच्या त्यांच्या बोलण्यावरूनच स्पष्ट झालं होतं. ब्राह्मणही असू शकतात. चेहऱ्यावरच्या तेजावरून तरी जनमेजयला तसंच वाटलं.

बाई स्मार्ट, तशाच मर्यादशील वाटत होत्या. बरोबर मिस्टर आहेत. लग्नही झालेलं आहे. बहुधा मुंबईला दोघे फिरायला आले असावेत. गोव्यालाही जाऊन आले असतील ! नुकतंच लग्न झाल्यासारखं दिसतंय. मुलंबाळं नाहीत. हेच तर दिवस खरे प्रेमाचे असतात.. पण मग त्या तिथं नवऱ्याजवळ न बसता इथं का बरं निघून आल्या? रागावणं, रुसणं, मान, अभिमान हे तर या वयात अवेळी येणाऱ्या पावसाच्या सरीप्रमाणे असतं. का त्यांच्या दांपत्यजीवनात काही...? लोकलाजेस्तव एकत्र राहत असले, तरी आतल्या आत सगळं तुटायची.. तोडायची वेळ आली...?

अलीकडे तर जरा काही खुट्ट झालं की लागलीच 'एक घाव नि दोन तुकडे' अशी अवस्था आहे. साध्या साध्या कारणांवरून नवरा-बायकोमध्ये साप-मुंगसांचं वैर निर्माण होतं. बाई त्यांच्या नवऱ्याला पसंत नसतील, असं काही वाटत नाही. पण बाईंनाच त्यांचा नवरा पसंत नसेल....? हं! हे होऊ शकतं कारण आजकाल आई-वडिलांची इतकी उंच उडी असते की, एखादा मोठा ऑफिसर वा पैसेवाला असला, की मुलीची काहीबाही समजूत घालून तिला उजवून टाकतात. ते विचार करतात, एकदा का लग्नाची गाठ पडली, की मनाच्या इतर काही गाठी आपोआपच सुटत जातात. त्यात एक-दोन वर्षांत मातृत्व आलं की...? पण आता तसंही नाही. लग्नाच्या गाठीचा संबंध मनाच्या गाठीशी काहीही नसतो. हे कळेस्तोवर गोष्टी खूप पुढं गेलेल्या असतात.

सध्याच्या मुला-मुलींच्या अपेक्षांना तर पंख लागलेले असतात. पैसा, रूप, शिक्षण, प्रतिष्ठा सगळं एकाच ठिकाणी मिळणं जरा कठीणच. मग त्यातल्या त्यात जेवढं असेल, ते बघून लग्न करतील. नंतर नवरा-बायकोंमध्ये अज्ञातवास, नाहीतर कुरुक्षेत्र, मग आपापल्या वाटेनं मनाच्या इच्छापूर्तीसाठी कोणी बृहन्नडा, तर कोणी सैरंध्री होऊन वावरतात. मग बाईंचा काय अज्ञातवास चालू आहे, की काय?

बाई दर अर्ध्या पाऊण तासानं नवऱ्याकडे जाऊन दहा-पंधरा मिनिटांनी परत येत होत्या. अर्ध्या तासानं नवरा दिसला नाही, तर जी बाई कावरीबावरी होते, ती इथं का बरं येऊन बसत असेल?

विमला हळूहळू बाईंचा सगळा इतिहास जाणून घेत होती. त्याही किती विश्वासानं आपल्या व्यक्तिगत बाबी विमलाला सांगत होत्या. बाई प्राध्यापक- त्यांचा नवरा बँकेत ऑफिसर– चार वर्षांपूवी त्यांचा प्रेमविवाह झाला, पण गाठीभेटी त्याहीपूर्वी तीन-चार वर्षांपासून होत्या. प्रेमानुभूती फारच संघर्षमय होती. सगळं काही व्यवस्थित असूनही दोन्हींकडचे लग्नाच्या विरोधात होते. आई-वडिलांनी लग्न ठरवूनही अशी जोडी जमली नसती. विरोधाचं कारण एकच, त्यांचं 'प्रेम.' आईवडील असताना प्रेमविवाह..! नातेवाईक काय म्हणतील?..लोक काय म्हणतील.? समाज काय म्हणेल..?

बाई सांगत होत्या, लग्नासाठी?- प्रेम ही जी गोष्ट सर्वांत महत्त्वाची त्यालाच आई-वडील विरोध करत होते. प्रेम करणं खरंच का गुन्हा आहे? लग्नानंतर एकमेकांवर प्रेम हे मान्य आहे, तर ज्याच्याशी प्रेम, त्याच्याबरोबरच लग्न करणं यात कसला गुन्हा? यामुळेच समाजात ऐंशी टक्के जोडप्यांमध्ये प्रेम नसतं. जे काही प्रेम म्हणून दिसतं, ते दुसरं काही नसून तडजोडीतून, पण सहवासामुळं निर्माण झालेली आपुलकी असते.

विमलानं प्रचंड उत्सुकतेनं प्रश्न केला,

"मग..मग..तुमचं दोघांचं लग्न कसं झालं? आई-वडील तयार झाले?"

"आम्ही दोघंही आमच्या निर्णयावर ठाम होतो. त्यामुळं घर सोडून रजिस्टर लग्न केलं. आई-वडिलांनी परवानगी तर दिली नाहीच, पण लग्नानंतर आशीर्वादही दिला नाही. वास्तविक मुलाच्या सुखी संसारात आई-वडिलांच्या आशीर्वादाचा केवढा मोठा वाटा असतो, हे जाणूनदेखील त्यांनी आशीर्वाद दिला नाही. निष्ठुर झाले ते." सांगता सांगता बाईंच्या डोळ्यांत अश्रूपूर्ण दुःखाचा सागर तरळला.

जनमेजय विषय बदलण्यासाठी म्हणाला,

"जाऊ दे, हो! तुम्ही दोघांनी एकमेकांना समजून घेतलं आहे ना! आणि तुम्ही प्रेमही करता. हेच सगळ्यात महत्त्वाचं! नाहीतर किती

जोडप्यांमध्ये असं प्रेम बघायला मिळतं, सांगा पाहू?"

विमलाच्या ढगाळलेल्या चेहऱ्यावर ईर्ष्येचं अस्पष्ट इंद्रधनुष्य आल्यासारखं वाटलं. डोळ्यांनी जनमेजय जणू विमलाला सांगत होता- लग्नापूर्वी नवऱ्यावर प्रेम करायची संधी तर आता गेली, पण लग्नानंतरच्या प्रेमाची सुरवात आजपासून करायला हरकत नाही!

बाईंनाही तो विषय नकोच होता. त्या मग साहित्य, राजकारणच काय, पण धर्मापासून ते पामेला बोर्डस, सलमान रश्दीपर्यंत सर्व विषयांवर बोलत होत्या, आणि त्यावर बोलण्यासाठी लागणारं ज्ञानही त्यांच्यापाशी होतं.

असंच बोलता बोलता गप्पा रामजन्मभूमी आणि बाबरी मशिदीवर येऊन ठेपल्या. जनमेजय म्हणाला,

"पूर्वीच्या काळी मुसलमान राजांनी हिंदूंची मंदिरं उद्ध्वस्त केली, ही गोष्टही तितकीच खरी आहे."

बाई त्याच्याशी सहमत होत म्हणाल्या,

"आपला इतिहासही हेच सांगतो."

"अयोध्या एक पौराणिक स्थान आहे. रामजन्मभूमीच्या जागी अगोदर नक्कीच मंदिर असलं पाहिजे. नंतर त्या जागी मशीद बांधली गेली." जनमेजय.

"यात काही शंका नाही. कितीतरी मंदिरांच्या पायावर अशा मशिदी बांधल्या गेल्या आहेत." बाई.

"मुसलमान धर्मगुरूंनी राममंदिराबद्दल जो विरोध दर्शवला आहे, त्याबद्दल आपलं काय मत आहे? मी तर म्हणतो की, त्यांनी याविषयी काही बोलणंही लोकशाहीविरोधी आहे." आणि तो बाईंच्या उत्तराची वाट बघू लागला.

बाई जराशा हसत म्हणाल्या,

"मुसलमान विरोधात का आहेत, मला समजत नाही. जर का मंदिरात आणि मशिदीत ज्यांचे त्यांचे देव आहेत आणि हे दोन्ही धर्मीयांना कबूल आहे, तर मग मंदिर काय, मशीद काय, कोणीही कोणाचं महत्त्व कमी करू शकत नाहीत. लाख मंदिरं बांधली, तरी एका मशिदीचं महत्त्व कमी होत नाही. किंवा लाख देवळं उद्ध्वस्त झाली, तरी देवळातल्या देवाचं महत्त्व कमी होत नाही."

जनमेजय म्हणाला,

"मी काही एवढा धर्मांध माणूस नाही, तरीही मुसलमानांबद्दलच्या माझ्या भावना जरा वेगळ्या आहेत; एखाद्या ख्रिश्चन माणसाच्या घरी वेळ आली, तर मी खाऊ शकेन, पण एखाद्या मुसलमानाच्या घरी खायचं, म्हणजे मला कसंतरीच वाटतं. तुमचं काय म्हणणं आहे?"

बाई म्हणाल्या,

"मी काही सनातनी नाही. टापटीप आणि स्वच्छता दिसली, की मी कोणाच्याही घरी मांडी घालून बसते. तुम्ही जे सांगितलंत, ते तुमचं वैयक्तिक मत असू शकतं. मला त्यावर काहीच बोलायचं नाही. आणि तसं बघितलं, तर मला अशाही काही ब्राह्मणांची घरं माहीत आहेत, जिथं पाणीही प्यायची इच्छा होणार नाही."

तेवढ्यात विमलानं सगळ्यांना जगन्नाथाचा सुका प्रसाद वाटायला सुरुवात केली. बाई खूश होत म्हणाल्या,

"मला आणखी थोडा द्या. ह्यांना तर हा प्रसाद खूपच आवडतो."

बाई प्रसाद घेऊन त्यांच्या मिस्टरांना द्यायला गेल्या. त्या गेल्याबरोबर शेजारच्या बाई म्हणाल्या,

"भटीण शोभते हो खरी! जे जे द्यावं, ते सगळं खाल्लंच, परत वरती नवऱ्यासाठीही घेऊन गेली. पण स्वतः काही द्यायचं मात्र नाव नाही. जरा लक्ष असू द्या. नाहीतर दक्षिणा म्हणून ते पुस्तकही जायचं! वेळीच मागून घ्या. नाहीतर पुस्तकालाही निरोप द्यावा लागेल."

जनमजेय हळू आवाजात म्हणाला,

"मागून वाचायला नेलेलं पुस्तक परत न करणं, हा तर आपला जन्मसिद्ध अधिकारच आहे. असाच अनुभव दर वेळी येतो. पण या बाई तशा वाटत नाहीत. घाईघाईत निघाल्यामुळे खाण्यापिण्याचं सामानही बरोबर आणलेलं दिसत नाही."

बाई परत येऊन बसल्या आणि पुन्हा गप्पा सुरू झाल्या. जनमेजयानं विचारलं, "जगन्नाथाच्या देवळात काही मुसलमान आणि ख्रिश्चन लोक राजरोसपणे जाऊन देवाचं दर्शन घेऊन येतात. तुम्हाला माहीत आहे का?"

"त्यात काय? मुसलमान आणि ख्रिश्चन नेहमी देवळात जातात, हे मलाच काय पण सगळ्यांनाच माहीत आहे. कितीतरी मुस्लिम आणि ख्रिश्चन जगन्नाथाचे निस्सीम भक्त आहेत. जगन्नाथाचा महाप्रसाद तर

त्यांना अतिप्रिय आहे. आनंदबाजारात त्यांना मांड्या ठोकून प्रसाद खाताना मी स्वतः बघितलेलं आहे. त्यात नुकसान ते काय?''

''देवळातील पहारेकऱ्यांच्या अजाणता तसं होत असेल, तर होत असेल; पण जाणूनबुजून जे करतात, त्यामुळे देवळाचं पावित्र्य विटाळतं. देशावर संकट येतं.'' शेजारच्या बाईंनं ठासून आपली श्रद्धा व्यक्त केली.

बाई हसून म्हणाल्या,

''कोणाच्या अजाणता होतंय? अजाणतेपणी होणं शक्य तरी आहे का? सगळ्यांना सगळं माहीत आहे, तरी काय...कुठं काहीही तर आपत्ती आली नाही आजपर्यंत...''

विमला म्हणाली,

''नाही..नाही जाणूनबुजून कोणी असं करणार नाही.''

हसत हसतच बाई म्हणाल्या,

''जगन्नाथाच्याही नकळत होतंय, असं तुम्हाला म्हणायचं आहे का?''

''नाही, ते तर शक्य नाही. तो तर सगळंच बघतो आहे,'' विमला म्हणाली.

त्यावर बाई म्हणाल्या,

''मग संकट जगन्नाथ घडवतो की, माणसंच आणतात?''

जनमेजय विमलाची बाजू घेत म्हणाला,

''माणसाच्या हातात काय आहे? सगळं शुभाशुभ तर जगन्नाथाच्याच हातांत आहे.''

बाई झट्दिशी उत्तरल्या,

''भिन्न धर्मांची माणसं देवळात प्रवेश करतात, हे जगन्नाथाला ज्ञात आहेच. एवढंच नाही, तर रत्नवेदीवर डोकं टेकून नमस्कार करतात. आनंदबाजारात प्रसाद ग्रहण करतात, हेही जगन्नाथाला माहीत आहे. मग तोच संकट का नाही आणत? मला वाटतं..माझ्या मते...''

बाईंचं बोलणं मध्येच तोडत जनमेजय म्हणाला,

''हे आपलं व्यक्तिगत मत होऊ शकतं. पण बहुमतानुसार मुसलमानांना जगन्नाथाच्या देवळात प्रवेश निषिद्ध झालाच पाहिजे. एके काळी त्यांच्यापासूनच जगन्नाथाच्या रक्षणासाठी, त्यांना मंदिरात प्रवेश बंद करण्यात आला होता. आणि आज तरी त्यांच्यावर काय विश्वास

ठेवणार? रामजन्मभूमीचंच बघा ना! काहीही म्हणा, त्यांच्यावर विश्वास ठेवण्यात अर्थ नाही.''

''इतिहासातल्या काही घटना आपल्या मतांचं समर्थन करतात, हेच खरं!'' बाई म्हणाल्या.

जनमेजयला आज हिंदुधर्माखेरीज दुसरं काहीच दिसत नव्हतं. तो म्हणाला,

''आपल्या हिंदू धर्मासारखा उदार धर्म दुसरा कोणताही नसेल. मुसलमान तर फारच कडवे. त्यांच्या धर्मात एवढी उदारता कुठाय? आपल्या धर्माबद्दल कोणी काही बोललं, तरी आपण सहन करतो. आपल्या धर्मात असलेले गुणच काय, पण अवगुणही आपण सांगतो. त्याच जागी इस्लाम धर्माच्या विरोधात कोणी 'ब्र' काढायचा अवकाश, खून-खराबा सुरू होतो. तुम्ही काय म्हणता? कुठल्याही मुसलमानाच्या तोंडावर तुम्ही हे असं सांगू शकाल?''

त्यावर बाई नुसत्याच हसल्या. बहुतेक त्यांची मूक संमती असावी.

विमला दबक्या स्वरात जनमेजयला म्हणाली,

''तुम्ही आजच का धर्माचा एवढा प्रचार करत आहात? एखादा मुसलमान डब्यात असला आणि त्यानं तुमचं हे बोलणं ऐकलं, तर इथंच भागलपूर होईल.''

''तेही खरं आहे म्हणा. या सगळ्या गप्पांमधून आपल्याला थोडंच काही मिळणार आहे? का आपल्या मतानं देश चालणार आहे?''

तो विषय तिथंच थांबला. इतर गप्पागोष्टी सुरू झाल्या. एकंदर दिवस छान गेला.

बाईंचं एकूण सर्वांगीण ज्ञान बघून जनमेजय चांगलाच प्रभावित झाला होता. त्या फक्त सर्वसाधारण प्राध्यापिका नसणार, तर आधुनिक विचारशैलीत त्या शिकवत असणार आणि विद्यार्थ्यांच्याही लाडक्या असणार!

संध्याकाळी शेजारची बाई आपलं स्टेशन आल्यावर उतरून गेली. रात्री आठच्या सुमारास 'गुड नाईट' म्हणून बाईही आपल्या बर्थकडे जायला निघाल्या, तेव्हा विमला त्यांना म्हणाली,

''इथं आता त्या बाईंचा बर्थ रिकामा झाला आहे. तुम्ही इथंच झोपा. काल रात्रभर झोपला नव्हतात.''

बाई म्हणाल्या,

"रात्रभर झोपू शकले नव्हते खरीच! एकच बर्थ मिळाल्यामुळे हे झोपले. मी त्यांच्या पायांजवळ बसून होते. पण इथं बर्थ रिकामा असूनही त्यांना सोडून मी इथं लांब येऊन झोपू शकत नाही."

विमला आणि जनमेजयांनी एकमेकांकडे बघितलं, बाई पुढे म्हणाल्या,

"कारण ह्यांची तब्येत बरी नाही. दर चार तासांनी त्यांना औषध द्यावं लागतं. गरम दूध, पाणी वगैरे द्यावं लागतं. मी इथं झोपले, तर मला काही म्हणणार नाहीत, पण आतून दुखावतील. दिवसाही मला तिथं बसायला त्रास होतोय, हे बघून त्यांनी मला इकडे पाठवलं. म्हणून तर मी दर अर्ध्या तासानं त्यांना जाऊन बघून येते."

"तुमच्या मिस्टरांची तब्येत बरी नाही, हे आधी बोलला नाहीत तुम्ही. काय झालंय त्यांना?" विमलानं विचारलं.

बाई जरा आडखळतच म्हणाल्या,

"कॅन्सर..कॅन्सर आहे त्यांना.."

जणू काही प्रचंड विस्फोट होऊन सगळं कंपार्टमेंट हादरलं...

खाडाखोड केलेल्या अक्षरांवर पांढरा रंग लावावा. तद्वत बाईंनी आपल्या विषादपूर्ण चेहऱ्यावर स्मितहास्त आणून 'गुड् नाईट' केलं आणि त्या निघून गेल्या.

रात्रभर जनमेजय झोपू शकला नाही. बाईंचा नवरा वाचावा म्हणून देव, अल्ला, येशू सगळ्यांचा धावा त्यानं केला. जे घडणार आहे, ते अटळ आहे हे, माहीत असूनही निदान त्यांचं वाट पाहणं लांबणीवर पडावं म्हणून, ही त्याची प्रार्थना होती.

बाईंनी प्रेमाला महत्त्व देऊन सासर-माहेर, समाज सर्वांना सोडलं होतं. आज ते प्रेमच त्यांच्यापासून दूर जायला निघालं होतं. कधी कधी नियती किती क्रूर होते.

पहाटे पहाटे ब्रह्मपूर स्टेशन आलं. बाईंनी पुस्तक परत केलं. नवरा-बायको दोघं खाली उतरली. विमला आणि जनमेजय दोघं त्यांना निरोप देण्यासाठी खाली उतरले. आपल्या मिस्टरांबरोबर ओळख करून देत बाई त्यांना म्हणाल्या,

"ह्यांच्यामुळंच माझा कालचा दिवस चांगला गेला. ह्यांनी मला भरपूर खायला-प्यायला घातलं."

बाईंचे मिस्टर म्हणाले, ''हिच्याकडून तुमचं कौतुक ऐकून मला तुमच्या हातचं जेवायला एकदा आलंच पाहिजे.''

जनमेजय आपलं व्हिजिटिंग कार्ड बाईंच्या हातात देत म्हणाला, ''कटकला आलात, की नक्की या, आपलंच घर समजून आमच्याकडंच उतरा, मग बघा हिच्या हातची कमाल!''

''नक्की येऊ! आता चेक-अप् साठी कटकला यावंच लागणार आहे.'' बाईंचे मिस्टर म्हणाले.

जनमेजय म्हणाला,

''आपलाही पत्ता मला देऊन ठेवा, मी ब्रह्मपूरला ऑफिसच्या कामासाठी अधूनमधून येत असतो, तेव्हा नक्की वेळ काढून भेटायला येईन.''

''तुझ्याच कॉलेजचा पत्ता त्यांना दे, कारण मी तर सध्या सुट्टीवरच आहे.'' बाईंचे मिस्टर म्हणाले.

कार्ड न सापडल्यामुळं एका छोट्या कागदावर पत्ता लिहिता-लिहिता बाई म्हणाल्या,

''घरचाच पत्ता दिला आहे. कारण मीही सध्या सुट्टीवरच आहे.''

तेवढ्यात सिग्नल मिळाला. गाडी हलली. जनमेजयच्या हातात त्यांनी कागद दिला. कागद घेऊन जनमेजय आणि विमला घाईघाईतच डब्यात शिरले. एखाद्या करुण रागाच्या शेवटच्या सुरांप्रमाणे ते दोघं जण हात हलवत प्लॅटफॉर्मवर उभे होते.

कागद खिशात घालतघालता जनमेजयची त्यावर नजर गेली. पत्ता होता.

'वहिदा बेगम द्वारा, शेख मन्सूर अली.'

पुन्हा एकदा प्रचंड विस्फोट झाला. विस्फोटाच्या त्या आवाजात अनंत काळाचा विश्वास-अविश्वास, संस्कार-कुसंस्कार, उदारता, अहंकार, ज्ञानाचा अभिमान आणि आत्मविश्वास सगळ्या-सगळ्यांचा चुराडा झाला.

डब्याच्या दाराशी दांडा धरून उभ्या असलेल्या जनमेजयचा जणू जळून खाक झालेला नुसताच सापळा उभा होता.

****

थंडीला सुरुवात झाली, की हा रोग बळावतो. पण थंड उपचारांमुळेच थोडा आरामही वाटतो. म्हणजे छातीत त्रास सुरू झाला की, वसुधा भर थंडीतही अंगावरची शाल दूर करून डोक्यावर थंड पाणी थापायची. फ्रिजमधून थंडगार पाण्याची बाटली काढून घटाघटा प्यायची... छातीपासून या रोगाची सुरुवात होऊन मग तो डोक्याकडे जायचा आणि तिथून सगळ्या शरीरभर पसरायचा. अंगावरची शाल काट्यासारखी बोचायची. हाता-पायांना मुंग्या यायच्या. खूप वर्षं झाली वसुधा शाल पांघरत नाही. पण कधी कोणाकडं जायचं, म्हणजे अंगावर शाल घ्यायचीच. या रिवाजामुळे, थंडी असो वा नसो, तिला शाल घ्यावीच लागे. पण अंगावर शाल घेतली, की थोड्याच वेळात कुठंतरी छातीत आत आत दुखायला लागायचं. अनेकदा वसुधा असा त्रास मुकाट्यानं सहन करायची. पण अनेकदा हा त्रास सहनशक्तीपलीकडे असायचा.

वसुधाच्या चेहऱ्याकडे बघून नीलाद्रीबाबूंना तिचा त्रास समजत असे. ते हळूच वसुधाच्या अंगावरची शाल बाजूला करत. तिला बरं वाटावं म्हणून वारा घालत. बघणाऱ्यांना हा रोग कसला आहे, हे कळत नसे. शारीरिक, का मानसिक? कधी कधी एखाद्या विशिष्ट रंगाचे कपडे घातले किंवा बघितले, तरी तिला असा त्रास सुरू होत असे. आता रोगाचा रंगाशी काय संबंध?

मनावर रंगाचा एक प्रकारचा प्रभाव पडतो, पापासारखा! म्हणूनच साड्यांपासून ते पडद्याच्या कापडांच्या रंगापर्यंत ती अतिशय जागरूक असायची. पांढरेशुभ्र कपडे घातले की, पांढऱ्या ढगांप्रमाणे मन निर्मळ,

अव्यक्त

अनिर्बंध व मुक्त होतं. लालभडक रंग मनाला अहंकारानं वेढतो. हिरवा रंग वर्षा ऋतूप्रमाणे मनावर मायेचा वर्षाव करतो. फिकट आकाशी रंग मनाला उदार, उदास व भावगंभीर करतो. समुद्राचा निळाशार रंग मनातल्या स्मृती जागृत करतो. सोनचाफ्याचा रंग मनाला चपळ, चंचल व गतिमान करतो. मनावरील रंगांचा हा प्रभाव वास्तविक सगळ्यांनाच लागू पडेल किंवा नाही, पण वसुधाचा हा स्वतःचा वैयक्तिक अनुभव होता खरा!

म्हणूनच त्या वेळी हरिद्वार को-ऑपरेटिव्ह स्टोअर्समधून फिकट आकाशी रंगाची किमती शाल वसुधानं विकत घेतली होती. पुरुषांच्या शालीचा रंग आणखी दुसरा कुठला असला, की वसुधाच्या डोळ्यांना तो खुपायचा. नीलाद्रीबाबूंजवळ निळ्या रंगाची एक आणि तपकिरी रंगाची एक अशा दोन शाली होत्या. पण त्या वसुधेला आवडत नव्हत्या. लग्नाच्या पहिल्या वर्षी वसुधाच्या माहेराहून एक आली होती आणि दुसरी नीलाद्रीबाबूंनीच कधीतरी विकत घेतली होती.

मोठ्या बहिणीची तब्येत बिघडल्यामुळे तिला भेटायला वसुधा एकटीच दिल्लीला गेली होती. तिला बरं वाटल्यावर दोघी बहिणी आणि मेव्हणे हरिद्वार आणि हृषीकेशला जाऊन आले होते. मुलांच्या मागणीप्रमाणे सगळी खरेदी तिनं दिल्लीलाच केली होती. पण नवऱ्यासाठी काहीच घेतलं नव्हतं. हरिद्वारला शोकेसमध्ये असलेल्या शालीवर तिची एकदम नजर पडली. त्या शालीचा रंगच इतका सुंदर होता, की नजर ठरत नव्हती आणि डोळे झाकून वसुधानं ती शाल घेऊन टाकली. फिकट आकाशी रंगाच्या त्या शालीच्या काठावर अतिशय बारीक नक्षीदार भरतकाम केलेलं होतं. नीलाद्रीबाबूंसाठी ती अशाच प्रकारची शाल बघत होती. पण रंग, भरतकाम आणि किंमत या सगळ्यांची सांगड आजपर्यंत बसत नव्हती. शालीपासून थंडीचा कितपत बचाव होईल हा विचार न करता, या शालीत आपल्या नवऱ्याच्या चेहऱ्यावरच गांभीर्य कसं खुलून दिसेल, याचाच विचार ती करत होती. दिल्लीहून परतीच्या वाटेवरही मे महिन्याच्या उकाड्यातदेखील आपला नवरा शाल पांघरून व्हरांड्यात फेऱ्या मारताना कसा दिसेल, याचेच चित्र ती रंगवत होती आणि स्वतःच्याच निवडीवर खूश होत होती.

तिच्या वाटेकडं डोळे लावून बसलेल्या मुलांसमोर दिल्लीचा बाजारच

जणू तिनं मांडला होता. नीलाद्रीबाबूंसमोर शाल पुढं करून त्यांना आश्चर्यचकित करायला निघालेली ती स्वतःच आश्चर्यचकित झाली. कारण शाल सगळ्यांनाच आवडली होती. वसुधानं स्वतःसाठीही एक सुंदर शाल आणली होती. थंडीच्या दिवसांत वेगवेगळ्या शाली घेण्याची तिला हौस होती. तिचं हे शालीचं वेड पाहून नीलाद्रीबाबू म्हणायचे,

"थंडीपासून बचाव होवो, की न होवो, पण वेगवेगळ्या शाली पांघरून मिरविण्याची सध्या फॅशनच झाली आहे. काही बायका तर जाळीदार शाली घेतात, ज्यात जराही ऊब नसते. माझे वडील एक चादर थंडीच्या दिवसांत अंगावर घ्यायचे. बाहेर जाताना तीच, घरी अंगावरही तीच."

वसुधा हसून म्हणाली,

"भर उन्हाळ्यातही तुम्ही नाही का कोट-टाय घालून साहेबीपणा करत?"

मुलं आपापले कपडे घालून नीट होताहेत की नाही, ते बघत होती. आणि आईच्या पसंतीला दाद देत होती.

वसुधा म्हणाली,

"आणखी एखादी शाल आणणार होते. पण प्लेननं येणार होते, म्हणून नाही आणली. इथं कटकला याच शालीची किंमत तिप्पट होते. पन्नास रुपयांची शाल आणून दीडशे रुपयांना विकतात."

नीलाद्रीबाबू म्हणाले,

"काय? इथं काय शालींचं दुकान टाकण्याचा विचार होता, की काय? खरं तर, मला शालीची अजिबात गरज नव्हती. आधीच दोन शाली घरात नुसत्या पडून आहेत. थंडीच्या दिवसांत बाहेर जाताना तर मी कोट, स्वेटर घालून जातो, पण काही म्हणा, शाल आहे मात्र अप्रतिम. येत्या थंडीत मी हीच शाल पांघरून बाहेर जात जाईन."

त्याच वेळेला वसुधाची नजर कलुवावर पडली. चौदा-पंधरा वर्षांचा खेडवळ मुलगा. गेले सहा महिने झाले, तिच्या घरी कामाला लागला होता. गाढवासारखा राबत होता आणि जे मिळेल ते खात होता. जेवणाबरोबरच घरातल्यांच्या शिव्याही. जेवून-खाऊन पगार पन्नास रुपये. काय वाईट होतं?

कलुवा एकटक त्या शालीकडेच बघत होता. त्याची नजर शालीवर

खिळली होती. लहान मुलं खेळण्याकडं किंवा लाडवाच्या डब्याकडं हावरट नजरेनं बघतात, तसाच तो बघत होता.

वसुधा प्रेमळ स्वरात म्हणाली,

"तुझ्यासाठी काहीच आणू शकले नाही, रे, कलुवा. मोठ्या शहरांमध्ये बाजारात गेलं की नवख्या माणसाला अगदी बावचळल्यासारखं होतं. तुझ्यासाठी आता इथूनच एखादा शर्ट आणू या. थंडीत वापरता येईल."

मालकिणीची प्रेमळ सहानुभूती बघून कलुवा जरा धाडस करूनच म्हणाला, "माँ, मला काही नसलं, तरी चालेल. पण माझ्या बाबांसाठी एखादी जाडीभरडी चादर द्या. थंडीत भल्या पहाटे शेतावर तसाच कुडकुडत जातो." ते सांगतानादेखील त्याचा कंठ दाटून आला.

वसुधा गंभीर झाली. ती विचार करत होती, किती लोभी आहे हा मुलगा! घरी खायची भ्रांत आहे आणि शाली हव्या आहेत पांघरायला. घाईघाईनं शाली उचलून कपाटात ठेवता ठेवता ती म्हणाली,

"आधी म्हणाला असतास तर दिल्लीहूनच स्वस्तात आणली असती. बघू या, थंडीला तर अजून अवकाश आहे. इथूनच एखादी सुती चादर आणून देईन. याच किमतीत दिल्लीला लोकरीची मिळाली असती.."

कलुवा म्हणाला,

"बाई, गावाकडे फारच थंडी असते. उपासमारीमुळे जेवढे म्हातारे लोक मरत नाहीत, त्यापेक्षा जास्त थंडीनं मरतात. आणि माझ्या बाबाचं.. त्यांचंही आता वय झालंय."

"ठीक आहे.. ठीक आहे.. जा आता कामाला लाग," वसुधानं हुकूम सोडला आणि कलुवा कासवाप्रमाणे मान आत घेऊन तिथून कामाला निघून गेला.

वसुधा जरा रागातच म्हणाली,

"या नोकरांना जरा सैल सोडलं, की हे डोक्यावर बसतात. डोक्यावर नाही छप्पर आणि अंगावर घ्यायला शाली हव्यात! आजपर्यंत तर कधी बोलला नव्हता. बाबासाठी चादर हवी म्हणून.. आज बघितली आणि लागलीच...."

नीलाद्रीबाबू म्हणाले,

"अगं त्याच्या अचानक लक्षात आलं असेल चादरीचं! भूक आणि

रोग यांच्या बरोबरीनं थंडीही शत्रू आहे गरीब लोकांची. दर वर्षी, थंडीनं किती लोक मरतात आपल्या देशात, नुसत्या विचारानंही दुःख होतं...''

वसुधाला वाईट वाटत नव्हतं असं नाही, पण त्या एवढ्याशा मुलाचा लोभीपणा पाहून ती थक्क झाली. तिनं विचार केला, थंडीत नेपाळी येऊन बसतात, त्यांच्याकडून कलुवाच्या बाबासाठी एखादी स्वस्तातली चादर घेऊन देऊ. कलुवानं तर अजून सहा महिन्यांचा पगारही घेतलेला नाही. त्याच्याच पगारामधून थोडे थोडे पैसे कापले, की त्यालाही जाणवणार नाही.

काही दिवसांनी कलुवा गावाला घरी जायला निघाला. मी दिल्लीहून परत आले, की तू घरी जाऊन ये, असं वसुधा त्याला म्हणाली होती. निघताना त्यानं त्याचा सहा महिन्यांचा पगार मागितल्यावर वसुधा म्हणाली,

''अरे! इतके पैसे आत्ता एकदम कुठून येणार? शंभर रुपये घेऊन जा. परत आलास की बाकीचे पैसे आपण मनीऑर्डरनं तुझ्या गावी पाठवून देऊ या.''

गावाला जाताना कलुवाला पूर्ण पगार न देण्यामागं वसुधाचं दोन हेतू होते. एक म्हणजे पैसे कापून ठेवले की, कलुवा नक्की परत येईल! दुसरं म्हणजे, त्याच्या बाबासाठी चादर घेताना त्याच्या पैशातले थोडेसे व काही पदरचे घालून चादर विकत घेता येईल.

पण कलुवा सगळेच पैसे द्या, म्हणून गयावया करू लागला.

''बाई, घरून निरोप आला आहे की, एक वेळची चूलसुद्धा बंद आहे. परिस्थिती अगदी वाईट आहे. त्यामुळे तुम्ही पगाराशिवाय थोडे पैसे जास्त उसने दिलेत, तर....''

वसुधा चिडून म्हणाली,

''तुम्हाला कितीही दिले, तरी कमीच पडणार! त्यात जास्तीचे पैसे मागतो आहेस. बाबासाठी चादर मागतो आहेसच..असा किती पगार आहे, रे, तुझा?''

वसुधा रागानंच म्हणाली,

''खरी गोष्ट म्हणजे तुम्हाला सगळ्याच गोष्टींचा लोभ फार...''

कलुवाचं पैसे मागणं जितकं स्वाभाविक होतं, तितकंच वसुधाचं रागावणंही तर्कसंगत होतं. आधीच्या काम करणाऱ्या बऱ्याच जणांनी

तिला फसवलं होतं. पैशांबरोबरच कपडे वगैरे घेऊन एकदा गावाला गेले, ते परत आले नव्हते. वडाच्या पारंब्यांप्रमाणे शहरातून गावापर्यंत अविश्वास पसरला होता. एकदा जो गेला, तो ना परतणार, ना नेलेले परत करणार, तिला हे पक्कं ठाऊक होतं. तिचा तो स्वानुभव होता.

पण शेवटी कलुवाचा हट्ट पुरवावाच लागला. जास्तीचं जरी नाही, तरी त्याचा सहा महिन्यांचा पूर्ण पगार द्यावा लागला. वसुधानं त्याला परत 'लवकर निघून ये' म्हणून बजावून सांगितलं होतं. त्यानंही आठवडाभर राहून परत येईन, असं सांगितलं.

"गावाला दोन वेळचं अन्नसुद्धा मिळत नाही, त्यामुळे गावात राहून काय करू? मी नक्की परत येईन."

कलुवा नक्की परत येईल, असा वसुधाला विश्वास होता. कारण बाकी काही नाही, तरी खायला-प्यायला त्याला इथं मिळत होतं. तसं गावात कुठून मिळणार? खाण्याच्या बाबतीत तर एवढा हावरट, की मुलांनी पानात काही टाकलं असलं, की कोणाचं लक्ष नाही, असं बघून ते तो लागलीच खाऊन टाकत असे. ते बघूनही वसुधाला कसंतरी होई. ती म्हणायचीदेखील त्याला,

"अरे, आणखी भूक होती, तर भात नाही का मागायचा? मी काय वाढला नसता का?" त्यावर निर्विकारपणं कलुवा म्हणायचा,

"माँ, असं अन्न कोणी टाकलं, की मला सहन होत नाही. गावात लोकांना एवढंदेखील खायला मिळत नाही. एक बटाटा तोंडी लावायला असला, तर माझी बहीण थाळीभर भात खाईल."

वसुधा त्यावर नरमाईनं सांगायची,

"बरं बरं गावाला जाशील तेव्हा तुझ्या बहिणीसाठी थोडे बटाटे देईन."

कलुवा येईल, या विश्वासावर एकाचे दोन आठवडे..होता होता एक महिना गेला..दोन महिने गेले; पण कलुवा आला नाही, काय झालं ? का बरं आला नाही? वसुधाला काळजी वाटायला लागली. कलुवाची नाही, तर स्वतःचीच. कामामुळे ती फारच त्रासून गेली होती. कलुवा, नाही म्हटलं, तरी घरची बरीच कामं उरकायचा. आता घरकामाचं कसं होणार?

नीलाद्रीबाबूंच्या ऑफिसमध्ये काम करणाऱ्या सुधीरबाबूंनी कलुवाला

गावावरून आणून कामाला लावलं होतं. वसुधानं त्यांना कलुवाला गावाहून घेऊन यायला सांगितलं. गावाहून परत आल्यावर सुधीरबाबू म्हणाले,

"तो मुलगा गावात नुसत्या उनाडक्या करत भटकत असतो. दोन वेळच्या खाण्याचीदेखील भ्रांत आहे. चेहराही काळवंडला आहे त्याचा. पण इथं कटकला यायला अजिबात तयार नाही. तुम्ही काळजी करू नका. मी तुम्हाला दुसरा एखादा मुलगा आणून देईन."

वसुधाला समजत नव्हतं की, कलुवा का यायला तयार नाही? किती सुखात होता इथं..'नक्की परत येईन,' म्हणून जो गेला, तो गेलाच...

कलुवाच्या जागी दुसरा मुलगा आला. हळू हळू कलुवाचा सगळ्यांना विसर पडला; पण अचानक एके दिवशी सगळ्यांना त्याची आठवण झाली. जायचं-यायचं भाडं देऊन सुधीरबाबूंना त्याला गावाहून आणण्यासाठी पाठविण्यात आलं. बऱ्या बोलानं नाही आला, तर पोलिसांकरवी त्याला पकडून आणा, म्हणून सांगण्यात आलं.

नीलाद्रीबाबू अजूनही सांगत होते,

"एकदा नीटपणे शोधा, शाल नक्की घरातच कुठंतरी असेल. इतकी किमती शाल घेऊन कलुवा तरी काय करणार?"

वसुधा शाल शोधून शोधून दमली. अगदी हताश झाली, दहा दहा वेळा कपाट, बॅगा शोधून झाल्या; पण शालीचा थांगपत्ता लागला नाही. थंडीचे दिवस आले, म्हणून नीलाद्रीबाबूंनी ती शाल मागितली. ठेवली होती, तिथं मिळाली नाही. म्हणून वसुधानं सगळीकडे शोधली. कुठंही शाल नव्हती. हे काम नक्की कलुवाचंच असणार...

कपड्याच्या कपाटाला कुलूप नसायचं. बऱ्याचदा कलुवा कपडे घड्या करून कपाटात ठेवायचा. त्याच्याशिवाय आणखी बाहेरचा कोणी त्या कपाटाला हात लावणं शक्य नव्हतं. शाल आणली, तशीच पिशवीसकट खालच्या कप्प्यात ठेवली होती. कपाटातल्या सगळ्या गोष्टी जागच्या जागी होत्या; पण शाल नव्हती.

कलुवाची शालीवर खिळलेली अधाशी नजर वसुधाला आठवली. आधी बाबासाठी चादर मागितली... का? मग जाताना सगळा पगार मागितला... का? वर असंही म्हणाला की, बाबासाठी चादर नसली,

तरी चालेल; पण अन्नाची जरुरी जगण्यासाठी जास्त आहे. आणि आता गावात उपाशी राहतो आहे; पण इकडं यायला तयार नाही... का?.....

सगळ्याच गोष्टी कलुवाच्या विरुद्ध जात होत्या, पण सबळ पुरावा काय होता, शाल त्यानंच नेली, म्हणून? वसुधा सारखी एकच धोशा लावून होती, नक्की कलुवाचा बाप ती शाल वापरत असणार. तोच पुरावा.

सुधीरबाबूंच्या पदरी निराशाच पडली. कलुवाचं एकच म्हणणं होतं, की त्यानं शाल घेतली नव्हती. त्याच्या बाबानंही तेच सांगितलं. दोघांनी गावच्या देवीवरचं फूल उचलून सांगितलं. वसुधा म्हणाली,

"मुलगा तर चोर निघालाच; पण बापही बदमाश दिसतोय." केवढं साहस...कलुवानं असे चारशे रुपये चोरले असते तरी वसुधानं सहन केलं असतं. पण नवऱ्यासाठी इतक्या प्रेमानं आणलेली शाल, तीही नवऱ्यानं वापरायच्या अगोदर, कलुवाच्या बापानं- एका फडतूस माणसानं वापरावी, हे सहन करणं केवळ अशक्य होतं. त्यासाठी त्याला शिक्षा देणं जरुरीचं होतं.

वसुधा स्वतःच गाडी घेऊन कलुवाच्या गावाला निघाली. बरोबर तिचा आत्तेभाऊ इन्स्पेक्टर रणजित होता. ती जायच्या अगोदर नीलाद्रीबाबू म्हणाले होते,

"चारशे रुपयांची शाल तर गेलीच आहे, आता शंभर रुपयांचं पेट्रोल जाळणार. आणि ती शाल जर तो वापरत असेल, तर परत का आणणार आहात? गरीब माणूस..त्यालाच पांघरू दे ती शाल. एक सत्कृत्य केलं, असं समजून विसरून जा, झालं..."

वसुधा म्हणाली,

"मला नाही वाटत, एवढी किमती सुंदर शाल वापरायचं साहस त्यानं केलं असेल. तशीच ठेवली असेल. उलट शंभर दोनशे रुपयांचं आमिष दाखवून त्यांच्याकडून ती शाल आणेन, म्हणते. इतकी सुंदर शाल...मलाच राहवत नाहीये."

कलुवा आणि त्याच्या बापानं सरळ कानांवर हात ठेवले. वसुधानं खूप प्रकारांनी त्यांना विचारण्याचा, सांगण्याचा प्रयत्न केला; पण त्याचं एकच म्हणणं होतं, की त्यानं शाल चोरली नव्हती.

तोपर्यंत गावचा सरपंच आणि इतर लोक जमा झाले. शेवटी

पोलिसाच्या वेषातला रणजित गाडीतून उतरला. म्हणाला,

"खरं खरं काय ते सांगा, नाहीतर दोघंही गाडीत बसा. एकदा का ठाण्यात गेलात, की सगळं कबूल कराल."

गावात मजुरीचं काम करत असला, तरी कलुवाच्या बापाला एवढं माहीत होतं, की पोलिसठाण्यात चोरांकडून कसं सगळं कबूल करून घेतात. तिथं मार खाऊन कबूल करण्यापेक्षा इथंच कबूल केलेलं बरं. कबूल करण्यामुळे असं कोणत्या फासावर चढवणार आहेत? आपलं पोरगं मारापासून तरी वाचेल...

म्हातारा एकदम रडायला लागला. काकुळतीला येऊन, हात-जोडून म्हणाला, "साहेब, पोरगं लहान आहे. त्याला काय कळतंय्? लोभ झाला..म्हणून चोरी केली...जी काय शिक्षा द्यायची आहे, ती मला द्या..."

सहजासहजी मिळालेल्या यशामुळे उल्हसित होऊन रणजित म्हणाला, "मग परत कर शाल. मी सोडून देईन. बाईसाहेबही उलट तुला पन्नास रुपये देतील. जा शाल घेऊन ये." म्हातारा आणखीनच जोरात रडायला लागला,

"कुठून आणून देऊ? मी थोडीच घरात ठेवली आहे? ती तर मी विकून टाकली..."

"कोणाला..कोणाला विकलीस, ते सांग..मी त्याच्याकडून आणतो.."

सगळे गावकरी एकमेकाकडं बघायला लागले. या माणसामुळे आज सगळा गाव बदनाम झाला.

म्हातारा हात जोडून म्हणाला,

"आमच्या गावात चोरीचा माल कोणी विकत घेत नाहीत. माझा मुलगा सोडला, तर सगळे लोक चांगले, साधे आणि इमानदार आहेत. हाच चोर निघाला. म्हणून मी दुसऱ्या गावात त्यांच्या बाजारच्या दिवशी एका शहरीबाबूला दीडशे रुपयांना विकली. पैसे सगळे खर्च झाले." आणि म्हातारा रडायला लागला.

रणजितनं म्हाताऱ्याच्या पाठीत हातातल्या काठीनं सपासप दोन हाणल्या आणि ओरडून म्हणाला,

"त्या शालीची किंमत हजार रुपये होती. कमीत कमी पाचशे रुपये काढ, नाहीतर पाच वर्षांसाठी तुला कोठडी दाखवतो."

वसुधा गंभीर होत गाडीत बसता बसता म्हणाली, "पाचशे रुपये तो पाच जन्मांतही फेडू शकणार नाही, दीडशे रुपयांना विकली म्हणतो. तर दीडशे रुपये काढ, म्हणावं. निदान पेट्रोलचा खर्च तर निघेल."

ज्याच्या घरात चार-चार दिवस चूल पेटत नाही, काम मिळालं, तरच भात शिजतो, तो दीडशे रुपये कुठून आणणार? गावच्या सरपंचांनी गावाचा मान, इज्जत राहावी म्हणून दीडशे रुपये काढून दिले. म्हातारा त्यांच्या पाया पडत पडत सांगत होता, मोलमजुरी करून तुमचे हे सगळे पैसे मी नक्की फेडीन.

पण कलुवा रागानं थरथरत एकच गोष्ट सांगत होता,

"मी चोरी केलेली नाही, माझा बाबा खोटं बोलतो आहे."

गावातल्या लोकांना त्याचं बोलणं ऐकून आश्चर्य वाटत होतं. मोठा झाल्यावर हा नक्कीच डाकू होणार. हा मुलगा इथं गावातच राहिला, तर बाकीची मुलंही बिघडतील. कलुवा परत काही बोलणार, तोच रणजितनं त्यालाही दोन लगावून दिल्या. गाववाल्यांनी रणजितला हात जोडून विनंती केली,

"आपण कशाला त्याला मारून आपलेच हात घाण करून घेता? आम्ही बघतो त्याच्याकडे. आपण जा. या चोरापायी माँ ना इतक्या लांब यावं लागलं..."

गाववाल्यांना धन्यवाद देऊन वसुधा परत निघाली. शाल नाही मिळाली तरी म्हाताऱ्यानं कबुली दिली, यातच तिला समाधान होतं. कलुवासारखा मुलगा असं धाडस करणार नाही, असं नीलाद्रीबाबू म्हणत होते. आता त्यांनाही समजेल, केवढा सैतान आहे कलुवा, ते!

असेच दिवस गेले....उन्हाळ्याच्या सुट्ट्या सुरू झाल्या. मुलांच्या शाळा बंद होत्या. या दिवसांतच वसुधाला वेळ मिळायचा. खूप दिवसांत कपड्यांची कपाटं साफ केलेली नव्हती; म्हणून आज तिनं कपाटं आवरायला काढली. एकदम खालच्या कप्प्यात टाईपरायटर ठेवलेला होता. मोठा मुलगा काम असेल, तेव्हा टाईपरायटर काढून काम करायचा आणि काम झालं, की परत कप्प्यात ठेवायचा. तो कप्पा फारच घाण झाला होता. कप्प्यात खाली अंथरलेले कागदही टाईपरायटर काढण्यामुळे- ठेवण्यामुळे चोळामोळा झाले होते. म्हणून तिनं टाईपरायटर बाहेर काढला..आणि ती साप बघितल्यासारखी दचकली. त्या चुरगाळलेल्या

कागदांवर 'हरिद्वार को- ऑपरेटिव्ह स्टोअर्स' मधून खरेदी केलेली ती अभूतपूर्व शाल होती. बहुतेक टाईपरायटर काढताना, ठेवताना ती कोपऱ्यात सरकली असणार. वसुधानं तर त्या वेळी खालचा कप्पाही बघितला होता. पण टाईपरायटरच्या मागं शाल असेल, हे लक्षातच आलं नाही.

शाल मिळाली. म्हणून प्रथम तिला अतिशय आनंद झाला. पण दुसऱ्याच क्षणी तिच्या मनाला अपराधी वाटू लागलं. त्या निर्दोष गरीब माणसाकडून दीडशे रुपये घेऊन ते पेट्रोलसाठी वापरले. त्या सगळ्या गावासमोर किती सहज त्या बाप-लेकाला चोर ठरवलं होतं. आता शाल मिळाली, हे कोणत्या तोंडानं सांगायचं. तिची तिलाच लाज वाटायला लागली. ऐकल्यावर मुलंसुद्धा काय म्हणतील?

शेवटी रणजितलाच बोलावून तिनं आपलं दुःख सांगितलं. त्या म्हाताऱ्यानं उगाचच सगळं आपल्या अंगावर का ओढवून घेतलं याचं तिला आश्चर्य वाटत होतं. रणजित गर्वानं म्हणाला,

"ही सगळी या छडीची करामत आहे. समजल? माराला तर भुतंही घाबरतात. पोलिसांच्या मारापासून मुलाला वाचविण्यासाठी म्हातारा खोटं बोलला...."

"पण आपण त्याच्याकडून दीडशे रुपये घेतले, त्याचं काय? किती अन्याय झाला!" वसुधा अगदी रडकुंडीला आली होती.

रणजित अगदी सहजपणं म्हणाला,

"त्यात एवढं काळजी करायचं काय कारण आहे? सुधीरबाबूंच्या हाती आपण त्यांचे पैसे पाठवून देऊ. पण शाल आपल्याच घरात मिळाली, हे त्यांना अजिबात सांगू नकोस, नाहीतर माझ्यावरचा या लोकांचा विश्वास नाहीसा होईल, काय वाटेल त्यांना माझ्याबद्दल? दया येऊन पैसे परत करत आहे, असंच सांग. त्यामुळं तुझा मान वाढेल, माझी प्रतिष्ठा टिकेल, आणि त्या माणसाला त्याचे पैसे मिळतील. आणि हो, ती शाल मला दे. तुमच्यासाठी तशीच शाल मिळाली, म्हणून आणली, असं सांगून मी जीजाजींना प्रेझेंट करीन. खूप मजा येईल.."

कलुवाच्या बाबासाठी वसुधानं एक सुती चादर विकत घेतली. दीडशे रुपयांत आणखी पन्नास रुपये घालून सुधीरबाबूंच्या हातावर

ठेवत ती म्हणाली,

"हे घ्या, हे कलुवाच्या बाबांना द्या. मुलाच्या चोरीचा भुर्दंड बापाला कशाला? आजकालची ही मुलं, आई-बापांना त्रास देण्यासाठीच जणू जन्माला येतात. तेव्हा रागाच्या भरात पैसे घेऊन आले खरी, पण आता वाईट वाटतंय. ही चादरही द्या म्हाताऱ्याला. येत्या थंडीत त्याला वापरता येईल."

तोंडावर गार पाण्याचा हबका बसावा, तसा सुधीरबाबूंचा थंड स्वर तिच्या कानी आला,

"आपण उदार मनानं त्या चोरालाही दान-दक्षिणा देत आहात; पण गावकऱ्यांनी त्यांना चांगली अद्दल घडवली आहे. जसे त्या बापलेकांनी मजुरी करून सरपंचाचे पैसे फेडले, तसं सगळ्यांनी त्या दोघांना भरपूर मार दिला. गावाची बदनामी केली, म्हणून दंड आकारला; आणि दंड देऊ शकले नाहीत, म्हणून सगळ्यांनी त्या बाप-लेकाला आळीपाळीनं फुकटात राबवलं. गावच्या लोकांचा मार, अपमान, उपासमार त्यात भरीत भर कडाक्याची थंडी त्यामुळं म्हातारा त्यातच खपला. मुक्त झाला."

"आणि आणि कलुवा...?" वसुधानं व्याकूळ होऊन विचारलं.

गावच्या लोकांच्या भीतीनं बाप मेल्यावर तो रातोरात गाव सोडून पळाला. एक बहीण होती त्याची. एका माणसानं दया दाखवून तिला आपली तिसरी बायको म्हणून करून घेतली. आईतर नव्हतीच. अशा रीतीनं या चोरांच्या वंशाचा नायनाट झाला...

आणि त्याच क्षणापासून वसुधाला तो रोग सुरू झाला. एखाद्या साधूला चोर बनवणं फार सोपं, पण त्याची साधुता, सचोटी त्याला परत करणं महाकठीण काम असतं.

नीलाद्रीबाबूंना तिनं सगळं सांगितलं, तरीही रोग कमी झाला नाही. उलट, दर वर्षी थंडीत रोगाचं प्रमाण वाढतंच आहे. आणि असा हा बरा न होणारा रोग दिवस जातील, तसा एखाद्या वेळी कमी होईल, पण त्याचा बीमोड होणं?

केवळ अशक्य !...

*****

मिरवणूक जवळ येत होती. खूप मोठी मिरवणूक. शेकडो माणसं मिरवणुकीत होती. पताका, फुलं, माळा, गाणी, आरडाओरडा, त्यामुळं सगळ्यांचीच नजर मिरवणुकीवर होती.

जनसमुदायाच्या मध्यभागी एक सजवलेली पालखी तरंगत असल्यासारखी दिसत होती. जणू काही विजयपताका मिरवत येत होती. पालखीत कोण होतं..देव? अशक्य! देव तर लाकडाचे किंवा दगडाचे : जड, निर्जीव, त्यांच्यासाठी एवढा उत्साह कशासाठी?

मिरवणुकीमध्ये अनेक तरुण आणि तरुणी आहेत. त्यांच्या मनात भगवद्प्रेमाचं एवढं उधाण? जरा अस्वाभाविकच वाटतं.

मग कोण? कोणी योगी, साधक... का कोणी महापुरुष? नाही... कारण मिरवणुकीत एकही भगवा झेंडा वा पताका दिसत नव्हत्या, मग काय कोणी नेता? तसंही दिसत नव्हतं. कारण नेत्यांभोवती असणारे शरीरक्षक व इतर लोक कोणीही दिसत नव्हतं. मग काय लग्नाची मिरवणूक आहे का? पालखीत काय नवरा मुलगा होता? पण मग फटाके, रोषणाई, सिनेमाच्या गाण्यांवर नाचणारी मुलं, डिस्को...काही, म्हणजे काहीच नव्हतं.

सगळेजण उत्तेजित दिसत होते, पण उत्साहित दिसत नव्हते. जोरजोरात घोषणा देत होते.. 'आमच्या मागण्या पूर्ण करा..... पूर्ण करा.'

रस्त्याच्या कडेला कामं सोडून मिरवणुकीकडं डोळे लावून बसलेल्यांपैकी एक बादामीही होती. म्हातारीचं काम मात्र बंद नव्हतं. डोळे मिरवणुकीवर;

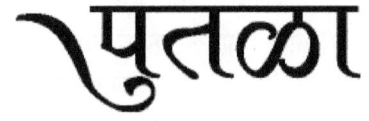

पुतळा

पण हात रगड्याबरोबर फिरत होते. अर्धी पातेली डाळ अजून वाटायची होती. चुल्ह्यावर कढई ठेवली होती. रोज संध्याकाळी वडे खाणारी गिऱ्हाइकं एक एक करून यायला लागली होती. त्यामुळे मिरवणुकीकडं लक्ष द्यायला वेळ कोणाकडं होता? सकाळपासून संध्याकाळपर्यंत अविरत काम करणारे हात जरा थांबले, की दुकानदार ओरडत असे,

"म्हातारे, हात चालव, हात... इथं तर दिवस उजाडला की, पाच-दहा प्रकारच्या अशा 'मागण्या पूर्ण करा' अशा घोषणा देत मिरवणुका निघत असतात. त्यांच्याकडे बघत बसलीस, तर तुझ्या पोटाची मागणी कोण पूर्ण करणार? आणि तुझा तो मूर्ख मुलगा? स्वतःचं पोटही तो भरू शकत नाही. चल..चल आवर भराभर.''

अन्नदाता दुकानदाराच्या बोलण्यानं किल्ली दिल्यासारखे बादामीचे हात पूर्वीपेक्षा आणखी जोमानं झराझरा फिरायला लागले. भिजलेल्या डाळीबरोबरच निराशेच्या अश्रूंत भिजलेली तिची सगळी स्वप्नं भरडली गेली.

मिरवणूक आणखी जवळ आली. 'आमची मागणी पूर्ण करा'च्या घोषणा आणखी स्पष्ट कानांवर येऊ लागल्या होत्या.

अरे, कोणाची मुलं आहेत ही? त्यांची कोणती मागणी पूर्ण करण्यासाठी ती कोणासमोर हात पसरत आहेत? सगळ्यांच्या सगळ्या मागण्या थोड्याच पूर्ण होतात? मुलांचे सगळेच हट्ट आईबाप थोडेच पुरवू शकतात?

बादामी तिच्या मुलाचा- विद्याचा हट्ट पुरवू शकली? त्याची मागणी पूर्ण करू शकली का?

विद्या तर खुळा आहे. कुठंतरी ऐकतो आणि येऊन सांगतो,

'खाणं, पिणं व जगणं याप्रमाणेच शिक्षणावरसुद्धा सगळ्यांचा समान अधिकार आहे.' पैसेवाल्यांची मुलं कमी पैसेवाल्या मुलांपेक्षा चांगलं खाऊ-पिऊ शकतात, चांगले कपडे घालू शकतात, पण म्हणून ती त्यांच्यापेक्षा चांगलं शिकतीलच, असं सांगता येणार नाही. चांगलंचुंगलं न खाता, तसंच चांगले कपडे न घालताही मुलं चांगला अभ्यास करतात. समाजामध्ये मानाचं स्थान मिळवू शकतात. कुठल्यातरी सभेत कोणी एक भाषण देत होता.

ते सर्व ऐकून विद्या येऊन म्हणाला, ''शिक्षणाशिवाय मूर्ख राहून

जगण्यापेक्षा मरणं चांगलं.''

हट्! असं कसं शक्य आहे? सभेत भाषण देणाऱ्या त्या साहेबासाठी सगळं सारखं असू शकेल; पण बादामीसाठी कसं सारखं असेल? एका आईसाठी हे कसं शक्य आहे? बादामीच्या मनात असं कधी येईल का? तिचा मुलगा मूर्ख आहे, म्हणून मरून जाऊ दे? त्याला जगण्याचा अधिकार नाही..? बादामीला स्वतःच्याच विचारांची लाज वाटली. तिनं स्वतःलाच धिक्कारलं,

'शी!.. कसं हे माझ्या मनात आलं? माझा फक्त एकच तर मुलगा आहे आणि त्याच्यासाठी हे असले विचार...'

आईचं मन! प्रत्येक वेळी मुलासाठी आधी भलतेसलते वाईट विचारच मनात येतात. नंतर चांगले विचार येतात. विधवा, असहाय बादामीनं शिक्षा करून घेण्यासाठी स्वतःलाच एक चिमटा काढला. बादामीचे डोळे भरून आले. पण अश्रूंनाही तिची दया येऊन ते पापण्यांआड लपून बसले. कारण वाटलेल्या डाळीवर पडलेल्या एका थेंबासाठीही दुकानदारानं तिच्या पगारातले पैसे कापले असते. दुकानदाराच्या शिकारी डोळ्यांकडे तिरक्या नजरेनं बघून बादामी थोडी घाबरली. जोरजोरात हात रगड्यावर चालवत, फाटक्या पदरानं डोळे पुसत म्हणाली,

''मूर्ख असला तरी माझाच मुलगा आहे. एवढ्या दुःखात देवानं दुसरं काही नाही तरी हे एक सुख दिलं आहे. मनासारखं शिक्षण त्याला देता येत नाही. मूर्ख राहून जगला तरी चालेल. देवाच्या कृपेनं त्याला दीर्घायुष्य लाभू दे. हा एकच तर माझ्या सुखाचा ठेवा आहे. तुमच्या इथं काम करता करता त्याच्याच मांडीवर डोकं ठेवून डोळे मिटेन. आणखी असं काय सुख मी देवाकडे मागते आहे. सोनं, नाणं, धन, संपत्ती, घर-दार मला काहीही नको.''

दुकानदार हेटाळणीच्या स्वरात म्हणाला,

''जगेल हो, तुझा मुलगा.. अगदी नक्की जगेल.. यात काहीही संशय नाही. जे जगणं कोणाच्याच कामाचं नाही, त्याकडे यमाचंही लक्ष जात नाही. आता तुझ्या मुलाच्याच वयाच्या माझ्या मुलाकडे बघ. चांगलंचुंगलं खाऊनदेखील दिवसेंदिवस रोडावतच चालला आहे. आणि तुझा तो विद्या पंधराव्या वर्षीच कसा गबरू जवान दिसतो आहे.''

बोलता बोलता दुकानदारानं गरम तेलात वडे सोडले. चर्र.. आवाजाबरोबरच बादामीच्या छातीचा ठोका क्षणभर चुकला. 'पुरुष असूनही बायकांसारखा माझ्या मुलाला दृष्ट लावतो. त्याचे दोन्ही डोळे त्या गरम तेलाच्या कढईत पडू देत. माझा मुलगा काय त्याच्या ताटातलं खातो का काय?'

दुकानदारावरचा राग तिनं रगड्यावर हात जोरानं चालवून व्यक्त केला.

'आमच्या मागण्या पूर्ण करा...मान्य करा.' मिरवणूक आणखी जवळ येत होती.

शाळा-कॉलेजांमध्ये शिकणारी मुलं..शाळा कॉलेजमध्ये न जाता मोर्चे काढत होती. मिरवणुकांमध्ये भाग घेत होती. घरामध्ये आई-वडिलांचं आणि शाळा-कॉलेजमध्ये शिक्षकांचं न ऐकता कुणाजवळ काय मागत आहेत कुणास ठाऊक! सगळे विद्यार्थी.. त्यांची परत मागणी ती काय असणार? खायचं, प्यायचं आणि अभ्यास करायचा.. किती जणांना असं भाग्य, असं नशीब मिळतं? विद्याचंच बघा..त्याला मिळालं हे सगळं? वस्तीमधल्या काही काही मुलांसारखा तो काय बदमाश आहे, का मवाली आहे? त्याचे वडील असते, तर त्याच्यासमोर कार्तिकेश्वरानंदेखील हार मानली असती. आणि शाळेत गेला असता, तर अभ्यासामध्ये गणपतीलाही त्याच्यापुढे तोंड लपवून हिंडावं लागलं असतं. त्याच्या वडिलांनी त्याचं नावही काय ठेवलं, तर..विद्याधर! बादामीला त्या नावाचा अर्थही समजावून सांगितला होता.. काय, तर म्हणे, विद्येची खाण.. ज्ञानाचं भांडार, पण मुलाला शिकवण्यासाठी जगला कुठं जास्त दिवस? खोटं नशीब घेऊन मोठमोठ्या आशा करायच्या...म्हणायचा,

'अगं बादामी, बघच तू.. मी तर मूर्ख आहे, अडाणी आहे.. म्हणून खाणीत काम करतो. बाबू लोकांच्या शिव्या खातो. पण पोटापुरतं रोज मिळेलच, याची खात्री नाही; पण माझ्या मुलाला मात्र मी नक्की शिकवीन. तो साहेब होईल. चांगले कपडे वापरील. चांगल्या हवेशीर घरात राहील. चांगलं चवीचं जेवण खाईल, आपल्यालाही देईल.'

विद्याचा बाप मुलासाठी अशी स्वप्नं बघायचा. कल्पनेचे मनोरे बांधायचा. म्हणायचा,

'पदराला गाठ मार. कितीही त्रास झाला तरी सहन करेन; पण विद्याला नक्की शिकवीन.' त्यावर बादामी नुसती हसायची. पदराला गाठ नाही मारायची; पण मनाशी गाठ बांधायची, विद्याला नक्की शिकवायचं. कितीही त्रास झाला, तरी चालेल. किती साधी स्वप्नं होती विद्याच्या बापाची? पण बिचारा खाणीत काम करता करता तिथंच मातीखाली गाडला गेला. त्याच्याबरोबरच त्यानं बघितलेल्या सगळ्या स्वप्नांनाही समाधी मिळाली. विद्या असेल तेव्हा दोन वर्षांचा. तोही, बारा वर्षं उपासतापास, व्रतं-वैकल्यं, अनेक नवस बोलल्यावर झाला होता.

अशी किती वर्षं गेली, कोणास ठाऊक! त्या वेळच्या तरुण बादामीला आता, म्हातारी बादामी म्हणतात. पण नवरा गेल्यापासूनच बादामी मनानं म्हातारी झाली होती. विद्याचा बाप गेल्यावर, विद्याची आई म्हणून ती जिवंत राहिली. कोणी तिच्याकडं वाकड्या नजरेनं बघितलं, की ती विद्याला मांडीवर घेऊन विचार करायची. मी आई आहे. विद्याची आई. आई होणं किती मोठेपणाची, भाग्याची गोष्ट आहे! तिला आणखी काही नको होतं. देहाची भूक, मनाचं दुःख, पोटासाठी होणारे कष्ट... सगळं काही चुलीत जाऊ दे.. राख होऊ दे. जो सगळं बघणारा होता, तो तर अर्ध्यावरच सोडून गेला. दुसऱ्याकडून मागून आणलेलं किती दिवस पुरणार? त्यानं पोट थोडंच भरणार आहे? उलट, जात भ्रष्ट व्हायची भीती.

स्पृश्यास्पृश्याप्रमाणेच बायकांच्याही फक्त दोनच जाती- पवित्र आणि अपवित्र. बादामीच जर अपवित्र झाली, तर विद्याधर 'साहेब' कसा होणार? शाळेत त्याला सगळे छी थू: करतील. म्हणतील,

'अरे, हा तर पापी बाईचा मुलगा आहे. अस्पृश्य आहे.'

आईचं कर्तव्य पार पाडता पाडता बादामी म्हातारी झाली. स्वतःचं स्त्रीत्व तिनं सांभाळलं. पण ती मुलाला 'विद्याधर' करू शकली नाही. तो नुसता विद्याच राहिला. चार घरची कामं करून दोघांची पोटं भरण्यातच शरीर खंगत गेलं. तिचं शरीर जितकं खंगत होतं, तितकीच मुलाची भूक वाढत होती. मुलाच्या भुकेपुढं त्याच्या बापाची सगळी स्वप्नं तशीच राहून गेली. मनाशी बांधलेली गाठ जगण्याच्या प्रवाहात हळू हळू सैल होत गेली. सात वर्षांचा असतानाच विद्या एका सायकलच्या

दुकानात कामाला लागला. पाटी-पेन्सिलीच्या जागी त्याच्या हाती सायकलचा पंप आला. त्याचे छोटे हात सायकल, स्कूटर, रिक्षामध्ये हवा भरायला लागले. लोक हवा भरून घेऊन पुढं निघून गेले आणि विद्या तसाच मागं राहिला.

बादामीला त्याचंही दुःख नव्हतं. कारण कसंही का होईना, पण ती त्याच्या तोंडात दोन घास घालू शकत होती. आता तो मोठा झाला आहे. इतक्या प्रयत्नांनी, कष्टांनी जगवलेल्या रोपाचा आता वृक्ष झाला आहे. बादामीच्या जीवनाचं, एका आईचं हेच तर स्वप्न होतं. त्याचा बाप आणि आजोबा तरी कुठं शिकले होते? त्यांचं काय वाईट झालं? मग दुःख कशाला करायचं? पण कधी कधी विद्याच तिला दुःख द्यायचा. अगदी त्याच्या बापासारखाच!

पोटभर जेवण झाल्यावर विद्याचा बाप हात धुता धुता म्हणायचा,

'आज पोट काही भरलं नाही. जेवलो खरा, पण मन तृप्त झालं नाही.' विद्याही जेवण झालं की विचारतो,

"आई, मी शाळेत कधी जाणार? केव्हा अभ्यास करणार? मलाही इतर मुलांप्रमाणं शिकायचं आहे. तू तर म्हणत होतीस, की बाबांची खूप इच्छा होती, मी शिकावं म्हणून. कितीही त्रास झाला, तरी चालेल, मी नक्की शिकीन."

बादामी त्यावर चिडून म्हणायची,

"पोट भरल्यावर आता अभ्यासाचं लक्षात आलं. आधी पोट, मग अभ्यास. माझं कोण आहे तुझ्याशिवाय सांग बरं!" बोलला-बोलता तिचा कंठ दाटून यायचा.

छोटा विद्या त्यावर विचारायचा, "मग मी कधीपासून शिकू? उद्यापासून जाऊ?"

बादामी स्वतःचं दुःख लपवीत सांगायची, "हो..हो ! उद्यापासून नक्की. मी थोडे पैसे साठवते. तूही खाऊनपिऊन जरा टुणटुणीत हो. शाळेत जायचं म्हणजे चांगले कपडे हवेत. वह्या-पुस्तकं हवीत. रात्री अभ्यासासाठी कंदील हवा. त्यासाठी रॉकेल हवं. तूही थोडे पैसे कमव. दोघांच्या कमाईमधून नक्कीच थोडे पैसे साठवता येतील. मग तू शाळेत जा."

विद्या विचारायचा,

"आई, पण उद्या केव्हा येणार? उद्याला यायला उशीर झाला, तर? मी आपला मोठा होईन आणि सगळे मला चिडवतील."

"नाही रे बाबा, बघता-बघता उद्या येईल," बादामी त्याला म्हणाली, पण नकाराच्या दगडी रस्त्यावर ठेच लागून त्यांच्या स्वप्नांचा चुराडा झाला.

कधी कधी दुकानात बसल्या बसल्या हातात वर्तमानपत्र घेऊन विद्या वाचत बसल्याचं नाटक करायचा. पेन्सिल हातात घेऊन त्यावरच रेघोट्या मारायचा. बघणाऱ्याला वाटावं, याला लिहिता-वाचता येतं. तो अगदीच मूर्ख किंवा अडाणी नाही.

अलीकडे तो बऱ्याच वेळेला आईला म्हणायचा, "आई गं, थोडे दिवस का होईना, पण शाळेत गेलो असतो तर मनातली एक इच्छा पूर्ण झाली असती. सगळे जण कुठं पूर्ण शिक्षण घेऊ शकतात? पण मूर्ख राहण्यापेक्षा थोडं फार शिक्षण घेणं खूपच बरं! पण माझ्या नशिबात तेवढंही नाही. बघू या, या जन्मी थोडेफार पैसे साठवून पुढच्या जन्मी नक्कीच शिकेन. विद्याधरबाबू होईन."

दुःखातही बादामीला हसू यायचं. म्हणायची,

"अर्धवट शिक्षण आणखी भयंकर असतं. नाही तर नाही, सोडून दे शिक्षणाचा विचार..अर्धपोटी राहून, जीव कासावीस का करायचा आहे? तू शिकला नाहीस, पण तुझ्याजवळ बुद्धी आहे. तुला विवेक आहे. चांगल्या-वाइटाची पारख आहे. यासाठी तर माणसं शिकतात. मग तुला चिंता कशाला?"

खरोखरच विद्या विवेकी होता. आईचं दुःख त्याला समजत होतं. इतर मुलांप्रमाणे त्याला कोणत्याही वाईट सवयी नव्हत्या. शिकला नाही, पण पोटाला चिमटा घेऊन तो स्वतःचे कपडे- फाटके ठिगळ लावलेले का होईनात- पण स्वच्छ ठेवत होता. व्यवस्थित राहत होता. मोजून मापून बोलत होता. त्यामुळेच सगळे जण म्हणायचे 'विद्या, मागच्या जन्मी खरोखरच विद्याधर असला पाहिजे.'

आपल्या मुलाविषयी विचार करता करता बादामीच्या मनात संप, मोर्चे करणाऱ्या मुलांचा विचार आला. मनातल्या मनात त्यांना ती म्हणाली,

"का रे, खाऊनपिऊन स्वतःचा मौल्यवान वेळ वाया घालवता?

तुम्हाला कशाची कमी आहे? तुमच्या पुस्तकांमध्ये तर मोजता येणार नाहीत, एवढी अक्षरं आहेत. कितीही शिकलात, तरी ती झिजणार आहेत थोडीच? माझा विद्या जर शिकत असता, तर असं काही घडलं नसतं. वस्तीमध्ये मुलांची भांडणं सुरू झाली, की विद्या ती पाच मिनिटांत सोडवतो. आणि तुम्ही मुलं आठ दिवस झाले, कोणाच्या सांगण्यावरून हे सगळं करत आहात, कोणास ठाऊक..!''

मिरवणूक चौकात येऊन पोचली. रस्त्याच्या कडेची माणसं आता कुतूहलानं पालखीकडे बघत होती. घाईघाईत हात धुता-धुता बादामी विचार करत होती- आज विद्याला एवढा उशीर का झाला? रोज तर संध्याकाळच्या आत परत येतो. मग दोन-तीन तास हॉटेलमध्ये काम केल्यावर दुकानदार त्याला चार पोळ्या आणि थोडी भाजी देत होता. बादामीला दुकानदार खायला-प्यायला द्यायचा नाही. फक्त डाळ वाटण्याची मजुरी देई. आजकाल बादामीच्या पोटात बऱ्याचदा जळजळत असतं. भुकेनं का दुःखानं, कोणास ठाऊक!

विद्या आत्ता इथं असता तर, या बेवकूफ मुलांची सगळी नाटकं बघून, आपल्याला शिक्षण घेता आलं नाही, याचं दुःख कमी झालं असतं. रात्रंदिवस बिचारा किती राबत असतो!

मुलाच्या आठवणींनी तिच्या मनात कालवाकालव झाली. तेवढ्यात कोणीतरी धावत आलं आणि धापा टाकत सांगू लागलं,

''बादामी...बादामी तुझा मुलगा...''

''आला का? बरं झालं...कुठं आहे?'' म्हणत ती दुकानाच्या बाहेर आली. आज तिनं नेहमीपेक्षा जास्त डाळ केली होती. म्हणूनच तिनं विद्याला दोन पोळ्या जास्त आणि मटण द्यायला दुकानदाराला सांगितलं होतं.

मिरवणूक आता दुकानासमोर आली.

बादामीनं हाक मारली, ''विद्या रे ऽ ए विद्या ऽऽ''

दुकानदार भरल्या आवाजात म्हणाला, ''बादामी..तुझा मुलगा..''

आणि त्यानं पालखीकडं बोट दाखवलं.

बादामी वेड्यासारखी मुलाला शोधत सुटली.

''विद्या ऽ ऽ विद्या पालखीत कशाला? कुठं आहे माझा मुलगा?''

''तुझा मुलगा..बादामी, तो शहीद झाला.''

बादामीला काहीच समजलं नाही. त्यामुळं दुःखही झालं नाही.

"शहीद झाला, म्हणजे काय?" तिनं विचारलं.

"शहीद... म्हणजे अमर झाला..अमर." एवढं बोलून दुकानदार तिथून निघून गेला.

तिच्या छातीत एकदम धस्स् झालं. काहीच न समजल्यामुळे ती थरथर कापायला लागली. शहीद म्हणजे काय? ते काय असतं? विद्याला असं बांधून का ठेवलं आहे? देवासारखं का बसवलं आहे? पालखीमध्ये का बसवलं आहे? आणि समोर भजन वगैरे म्हणत आहेत.. हे सर्व कशासाठी तिला काहीच समजेना.

ती जोरात ओरडली,

"अरे माझ्या मुलाला असं बांधून का ठेवलं आहे? सोडा..सोडा म्हणते न मी त्याला..नाहीतर बघा मी काय करीन ते.. त्यानं तुमचं काय घोडं मारलं आहे?" म्हणत, म्हणतच ती त्या गर्दीतून पालखीकडे जायला लागली. सगळ्या मुलांनी तिला एकदम चहूबाजूंनी घेरलं. भजन वगैरे सगळं एकदम थांबलं. सगळीकडे शांतता पसरली. एका मुलानं तिचा विचारलं, "मावशी, तुमचा मुलगा विद्यार्थी होता ना?"

"विद्यार्थी म्हणजे काय?" बादामीनं विचारलं.

"विद्यार्थी म्हणजे जो शाळा-कॉलेजमध्ये शिकायला जातो तो.. तुमचा मुलगा कुठल्या शाळेत जात होता? कोणत्या वर्गात होता?' मुलांची उत्कंठा शिगेला पोचली.

बादामी म्हणाली, "तो तर आजपर्यंत कधी शाळेच्या फाटकापर्यंतही गेला नाही. कधी पाटी-पेन्सिल हातातही घेतली नाही. त्याला सोडून द्या. बाबू, तो अनाथ आहे. त्यानं तुमचं काही चोरलं वगैरे असेल, तर त्यासाठी मी तुमची क्षमा मागते. मी आई आहे त्याची.. माझ्याशिवाय त्याचं कोऽऽणी नाही या जगात. मलाही त्याच्याशिवाय दुसरं कोणी नाही.." आणि ती जोरजोरात रडू लागली.

मुलांनी एकदम गलका करून आरडाओरडा करायला सुरवात केली.

"खोटारडी..खोटं बोलते आहे.. तो एक विद्यार्थीच होता..चांगला वक्ता, चांगला खेळाडू, उत्तम अभ्यास करणारा, नेहमी खरेपणानं वागणारा, परोपकारी, अतिशय उत्कष्ट विद्यार्थी.. हो,विद्यार्थीच!"

बादामी आणखी जोरात रडायला लागली. म्हणाली, "हो..हो. आहे तो चांगला विद्यार्थी, पण त्याला सोडून तर द्या. अरे, तुम्हीच सांगा त्याच्याशिवाय मी जगू कशी? त्याची काही चूक असेल, तर त्याची शिक्षा मला द्या.''

मुलं तिच्या रडण्यात सामील होत म्हणाली,

"मावशी, त्यानं चोरी केली नाही, की काहीच अपराध केलेला नाही. तो शहीद झाला आहे. देव झाला आहे. त्याला घेऊन तू काय करणार? त्याचं स्थान आता देवळात आहे. आम्ही त्याचं स्मारक करू, म्हणजे तो अमर होईल. तो आमच्यासाठी शहीद झाला.'' आणि मुलांनी जोरदार घोषणा दिल्या, "शहीद विद्याधर जिंदाबाद.. जिंदाबाद.. विद्याधर अमर रहे..''

मिरवणूक पुढे निघाली. काही मुलांनी बादामीला तसंच धरून ठेवलं होतं. एक प्रकारच्या अज्ञात भीतीनं दूर जात असलेल्या पालखीकडे परत एकदा बादामीनं बघितलं. तिच्या विद्याला एवढा मान..त्याचा एवढा आदर? गळ्यात फुलांचे हार..इतकी माणसं त्याच्या मिरवणुकीमध्ये!.. भजनं.. घोषणा स्मारक! त्याचं नाव विद्याधर! कधीही शाळेत गेला नाही...पण विद्यार्थी. तोही एक चांगला विद्यार्थी.. पण हे कसं काय? कसं केलं हे सगळं विद्यानं? माझ्यासारख्या बाईच्या पोटी जन्माला येऊन हे इतकं मोठं कार्य केव्हा आणि कसं केलंस, विद्या,तू? अरेरे..त्याचा बा जिवंत असायला हवा होता..पण त्याला हे असं का बरं घेऊन जात आहेत? आणि एकदम तिच्या विचारांना धक्का बसला.

गर्दीमध्ये कोणीतरी म्हणत होतं-

'मुलांच्या संप, मोर्च्यामध्ये एकदम गडबड सुरू झाली. शांततेसाठी पोलिसांनी लाठीचार्ज केला. त्यांतलीच एक त्याच्या डोक्यात बसली. बिचारा जागच्या जागी कोसळला. खूप चांगला होता. शेवटी मागण्या पूर्ण करून घेण्यासाठी शहीद झाला.'

शेवटचे शब्द ऐकताऐकता बादामी बेशुद्ध झाली आणि खाली कोसळली.

'हुशार विद्यार्थी विद्याधर' शहीद झाल्याच्या दुसऱ्या दिवशीच विद्यार्थ्यांचा संप मिटला. मुलं शाळा-कॉलेजमध्ये जायला लागली. त्यांच्या बऱ्याच मागण्या मान्य करण्यात आल्या.

शहीद विद्याधरच्या स्मृतीसाठी त्याचा एक पुतळा शहराच्या एका चौकात बसवला गेला. विद्याधरनं इस्त्रीचा शर्ट-पँट घातली होती. डाव्या हातात वह्या-पुस्तकं, उजव्या हातात पेन घेतलं होतं. चेहऱ्यावर प्रसन्न हास्य होतं..

विशाल सभा झाली. प्रचंड जनसमुदायासमोर, खूप मान्यवर लोकांच्या उपस्थितीत पुतळ्याचं अनावरण झालं. शहीद विद्याधरच्या म्हाताऱ्या आईला- बादामीला चांगली साडी नेसवून सभास्थानी आणलं. तिच्या हातात फुलांचा हार दिला. विद्या गेल्यापासून रडून-रडून म्हातारीला आता नीट दिसतही नव्हतं. देवाची मूर्ती समजून तिनं तो हार पुतळ्याला घातला. टाळ्यांचा कडकडाट झाला. त्याच्या नावाचा जयघोष झाला. कोणीतरी भाषण देत होता,

''विद्याधरसारख्या हुशार, परोपकारी, निर्भीड विद्यार्थ्याला जन्म दिला, ती माता धन्य होय.' मग आणखीही खूप भाषणं झाली. त्याच्यात नसलेल्या गुणांची वर्णनं झाली.

केव्हा सभा संपली.. माणसं पांगली.. निघूनही गेली. बादामीला काही कळलं नाही.

बादामी उठून पुजळ्याजवळ गेली. नीट निरखून बघू लागली. तिच्या मुलाचं हे सुंदर रूप.. हेच तर तिच्या नवऱ्याचं स्वप्न होतं. खरोखरच विद्यार्थ्याच्या वेषात विद्या किती छान दिसतो आहे! जिवंतपणी माणसाला मिळत नाही, त्यापेक्षा जास्त मान, किंमत आणि सुख आज प्रतिमेला, पुतळ्याला मिळत आहे. विद्या जिवंत होता, तेव्हा त्याची किंमत किड्यामुंगीपेक्षाही कमी होती. नकोसा असलेला असा तो, सगळ्यांच्या द्वेषाचा विषय होता. आज त्याच्या पुतळ्याची पूजा होत होती. मुलांच्या मागण्या पूर्ण करून देता-देता स्वतःच्या जीवनाची मागणीही तो पूर्ण करून गेला. तो विद्यार्थी होऊन गेला. विद्याचा विद्याधर झाला. आता पोटाला भुकेचा त्रास नव्हता, मनात कोणतीही इच्छा नव्हती.

सुखही सहन करणं कठीण असतं. आयुष्यात इतकी दुःख बादामीनं पचवली; पण आज हे सुख जड जात होतं. विद्याच्या पुतळ्याकडे बघत ती म्हणाली,

''विद्या, तुला आता कसलंही दुःख नाही, रे! तू विद्यार्थी..विद्याधर..

शहीद झालास. तुझ्या मनातल्या सगळ्याच अपूर्ण इच्छा पूर्ण झाल्या. आता सुखच सुख..!''

वेडी म्हातारी आजकाल फाटकेतुटके कागद, मोडक्या पेन्सिली, रस्त्याच्या कडेला सापडलेलं पेन सर्व काही उचलून विद्याधरच्या पुतळ्याजवळ जमवून ठेवते. तिथंच पडून राहते. पुतळ्याच्या गालावर हात फिरवून म्हणत असते,

''शीक रे मुला, मन लावून अभ्यास कर. तुझ्याकडे बघून बाकीचे सगळे मन लावून अभ्यास करतील. अभ्यासाशिवाय दुसरं काम नाही, अगदी तुझ्यासारखंच! किता रे, अभ्यास करतोस? ना भूक, ना तहान, ना ऊन, ना पाऊस.. बोलतही नाहीस काही..'' असं म्हणत त्याला कवटाळत असते. त्याच्या कपाळावर ओठ टेकवते आणि मग तिथंच पडून राहते...

त्या दिवशी सकाळी सकाळीच चूल पेटवायला जुन्या वर्तमानपत्राचा कागद फाडता फाडता दुकानदाराची नजर बातमीवर पडली. तो वाचायला लागला, 'शहरात कडाक्याच्या थंडीमुळे, शहीद छात्रनेत्याच्या पुतळ्याजवळ अपरिचित, वेड्या म्हातारीचा मृत्यू.'

*****

बंद दारावर ठकऽ ठकऽऽ असा आवाज आला की वाटतं, कोणीतरी भेटीसाठी आला आहे किंवा आसऱ्यासाठी आला आहे.

शब्द - ईश्वरवाचक

देवाची एक देणगी

देव दर्शन देत असतो आणि आसरा घेत असतो- भक्तांच्या हृदयांत.

म्हणून तर बंद दारावर उमटणाऱ्या शब्दब्रह्माला दुर्लक्षित करून चालत नाही.

पण त्या काळरात्री मात्र एका अभिशापित शहरातल्या प्रत्येक दारावर उमटलेला शब्द दुर्लक्षितच राहिला.

कोणी एक त्या अपरात्री प्रत्येक दारावर एकापाठोपाठ ठक ऽ ऽ करत होता.

एकदा..दोनदा...तीनदा...

ठक ऽ ऽ ऽ ठक ऽ ऽऽ ठक ऽऽठक ऽ ऽ, मग पुन्हा काही वेळ शांतता. तो बहुतेक वाट पाहत होता. दार उघडलं जाईल.. आता उघडलं जाईल.. नंतर उघडलं जाईलं..

पण दार उघडलं नाही.

त्या निर्जन, भयाण काळरात्रीत पावलाचे आवाज वळत होते. दुसऱ्या एका बंद दाराकडं.

'ठक ऽ ऽ ठक ऽऽ ठक ऽ ऽ....' रात्रभर हेच सांकेतिक शब्द

काय अर्थ असेल या शब्दांचा?

ईश्वरवाचक

जीवन, का मरण?

विश्वास, का अविश्वास?

प्रेम, की प्रतारणा?

प्रश्न...प्रश्न..प्रश्न..

एकामागोमाग फक्त प्रश्नच.

पण उत्तर? फक्त संशय...द्वंद्व.

शंका....

कोणाला माहीत, या शहराचं आयुष्य किती आहे? सूर्य उगवणार की, ब्रह्मदेवाची काळरात्र सुरू होणार? जणू काही ही होती प्रलयाची रात्र.

भू..र्भुवः स्वः... सगळं त्रैलोक्य जणू जळणार होतं. ब्रह्मदेवाचं आयुष्यसुद्धा काळानुसार संपतं.. मग त्याचंही आयुष्य संपत आलं आहे का? सगळं शहर अंधारात आहे. प्रकाश नसला, की डोळे असूनही सगळेच अंधळे.

'प्रलय पयोधी जलेः' हे त्रैलोक्य बुडून तर जाणार नाही ना.. सर्जनकर्ता स्वतःचं सामर्थ्य विसरून चुपचाप बसला आहे का?

तो असा बसला, की उत्पत्ती, स्थिती आणि लय काहीच संभवत नाही. मग आजचा संहार कसा टळेल..?

काळ्या ढगांच्या कडेकडेनं निष्प्रभ होत जाणाऱ्या सूर्याच्या सोनेरी किरणांप्रमाणे या मरणरात्री जीवनाची ज्योत हळूहळू मंद होत चालली आहे!

बंद दाराच्या आत जीवन सुरक्षित आहे, असं समजून मुक्त असलेल्या माणसानं एके दिवशी आपल्या भोवती आणखी एक भिंत घातली. तीच भिंत आज त्याच्याभोवती स्वार्थीपणे उभी आहे. त्या भिंतीपलीकडे कोण जगला, कोण मेला याबद्दल त्यानं किंचितही देणं नाही, तर मग खंत तरी कशी वाटणार? दुसऱ्याच्या जीवनापेक्षा स्वतःचं जीवन नक्कीच मौल्यवान, स्वतः जगला तरच शेजारचा जगलाकी मेला, याचा विचार होणार.

आयुष्याला कंटाळून हे शहरवासी आपापल्या बंद दाराच्या आत मृत्यूचा कानोसा घेत आहेत. साऱ्या शहराचं व्यक्तिमत्त्वच संशयास्पद, अविश्वासू आणि गुंतागुंतीचं झालेलं आहे. कधी कधी वाटतं, क्षणात

सगळी उलथापालथ होईल. कालपर्यंत तर सगळं व्यवस्थित होतं. सगळेच भाऊ, सगळेच मित्र.. अगदी एका कुटुंबासारखे आणि शेजारी हा परमेश्वर.. मग कुठूनतरी वाऱ्यासारखी उडत-उडत बातमी आली.. की सगळेच शत्रू...

मग इतक्या वर्षांचे संबंध, देणं-घेणं, सुख-दुःखाची वाटणी.. हे सगळं काय खोटं?

या शहरात जन्माला आल्यावर एकत्र जगायचं आणि एकत्रच मरायचं, ही गोष्ट सगळ्यांना ठाऊक होती; तरीसुद्धा एकाच क्षणात सगळे संबंध जणू पाण्यावरच्या रेघेसारखे झाले...

आतापर्यंत कितीदातरी अशी ही काळरात्र या शहराच्या छाताडावर उतरली. जेव्हा केव्हा ती उतरली, तेव्हा माणूसच प्यायला माणसाचं रक्त. कापली त्यांनी माणसांचीच मुंडकी. केली उद्ध्वस्त घरं. सगळ्याची परिणती एकच.. मृत्यू...

मग पहाट झाली. माणसांनी मृत्यूतूनच परत जीवनाची निर्मिती केली. अविश्वासाच्या आगीत जळून खाक झालेल्या झाडांच्या फांद्या- फांद्यांतूनच विश्वास, प्रेम आणि श्रद्धेची पानं-फुलं डवरली. परत सगळं पहिल्यासारखं झालं.

पण क्षणाच्या वेडेपणात जो गेला, तो गेला! परत न येण्यासाठी..कोण घेणार त्याची रिकामी जागा? कोण घालणार फुंकर त्याच्या आईच्या मनावर? कोण थांबवील तिचा आक्रोश? कोण लावणार तिच्या पांढऱ्या कपाळावर कुंकवाचा टिळा? सर्व आयुष्य तपश्चर्येत घालवूनही क्षणात हरवलेल्या माणुसकीचा पराभव कोणीही पुसू शकणार नाही.

उद्या पुन्हा पहाट होईल, रोजच्याप्रमाणे या शहराच्या छातीवर पुन्हा एक नवीन दिवस उगवेल.

पण आज?... आज मात्र माणूस नरपशू होऊन संहारक झाला आहे. वाटतं, आजच जगाचा शेवट झाला आहे.

बंगल्यात निवांतपणे बसून बाहेरच्या मरणाची बीभत्स लीला आनंदानं उपभोगणारे महाभागही आहेत. आणि त्यांनी स्वतःला मृत्यूपासून योग्य अंतरावर ठेवलेलं आहे. म्हणून जेव्हा केव्हा मृत्यू आला, तेव्हा त्यांना तो खेळासारखा वाटला आहे. म्हणूनच इतके दिवस मरगळलेलं निस्तेज शहर जणू काही एकाएकी जिवंत झालं आहे. बुलेटप्रुफ गाड्यांमधून,

अभेद्य बंगल्यामध्ये बसून त्यांनी रक्तपातासाठी आव्हान दिलं आहे. नरसंहारासाठी हुंकार भरले आहेत. मरू देत.. थोडे मेले, की तेवढाच पृथ्वीचा भार हलका होईल! पण त्या मरणाऱ्यांच्या यादीत सदैव दुसरेच असतात.. स्वकीय सोडून.. त्या यादीत असतात शेजाऱ्यांची मुलं, इतर वस्तीमधली पोरंटोरं आणि कोणा आयाबहिणींच्या अब्रूचा हिशेबही त्यांच्या रोजनिशीत असतो. नेहमी दुसऱ्यांचीच मुलं बनतात त्यांच्या ढाली. मग त्या ढालींवर होऊ देत तलवारींचे वार.. घुसू देत भाले, त्रिशूल आणि बंदुकीच्या गोळ्या... अशी एक ढाल नव्हे, तर ढालींवर ढाली त्यांच्या रक्षणासाठी सदैव तत्पर असतात. वाट चुकलेले, काम नसलेले, बुद्धिभ्रष्ट झालेले असंख्य, अगणित आहेत या देशात.

मृत्यू हा नेहमी दुसऱ्याचाच असतो.

इच्छामरणासाठी मृत्यू आणि दुसऱ्यांची मुलं जबाबदार आहेत. मृत्यूचा खेळ खेळायला येणारे जणू 'स्वयंसेवक' असतात. कोणी देशासाठी, कोणी धर्मासाठी, तर कोणी दुसऱ्यांसाठी मरत असतात. ज्याची जशी इच्छा, तसा तो आपल्या मृत्यूचा मार्ग निवडून घेतो. म्हणून मृत्यूसाठी जे आवाहन करतात, ते मृत्यूसाठी जबाबदार नसतात, तर जबाबदार असतात, जे आवाहनाला प्रतिसाद देतात.

या शहरानंही आज 'इच्छामरण' पत्करलं आहे. म्हणूनच ते स्वतःच स्वतःला मारत आहे. जे आवाहन करतात, त्यांच्या छातीवर कधीच का गोळी लागत नाही...याचा विचार गोळी खाणारे अल्पायुषी कधी करतात का?

रात्रीच्या तीन प्रहरांत तीन गूढ शब्द उमटले. उत्पत्ती, स्थिती आणि लय... निर्मिती. अवस्था आणि विनाश... पहिला स्वर होता उत्पत्तीचा : तान्ह्या मुलाचा.

'दार उघडा ..दया करा...दार उघडा'
ते आम्हाला मारायला आले आहेत, मारणारा
आणि तारणारा दोघांच्याही हातांत शस्त्रं आहेत.
दोघंही मरत चालले आहेत.
दया करा ....दार उघडा

मूल! कोणाचं? स्वतःचं की दुसऱ्याचं? मूल निरागस, ते कोणाचं, हे त्यालाही कळत नव्हतं. त्या मुलासाठी दार उघडणं म्हणजे संशयासाठी

दार उघडणं.

मुलाचं ओरडणं हळूहळू दूर जातं... दूरच्या कोलाहलामध्ये विरून जातं. रात्रीच्या दुसऱ्या प्रहरात स्थितीचे पडसाद उमटले; पण स्थितीच्या दाही दिशा होत्या नीरव आणि निःशब्द. रात्रीची ही शांतता मनात भीती निर्माण करते. काय अर्थ आहे या शांततेचा? एखाद्या भयानक षड्यंत्राची पूर्वतयारी तर नसेल? माणूस स्वतः जेव्हा अशांत असतो, तेव्हा अशी शांततासुद्धा त्याला अस्वस्थ करते, भीती दाखवते. माणूस स्वतः हिंस्र बनतो, तेव्हा अहिंसा त्याचा उपहास करते. हिंसा त्याला उत्तेजित करते, विचलित करते. शहराची अशी अवस्था आहे, जो शांती, मैत्री आणि अहिंसेची भाषा बोलेल, त्याला मृत्युदंड मिळेल. कारण अशी भाषा जो बोलतो, तो कोणत्याही बाजूचा नसतो. कोणाचंही समर्थन तो करत नाही. म्हणूनच दोन्ही बाजूंकडे त्याचे शत्रू असतात. शांततेच्या ठोठावण्यानंसुद्धा दार उघडलं नाही.

रात्रीच्या तिसऱ्या प्रहरी एकाएकी आले प्रलयाचे स्वर. माणसांच्या अखेरच्या आचक्यांमुळे शहराची छाती विदीर्ण होत होती. बंद दारांच्या घरातल्या हवेतसुद्धा माणसाच्या रक्ताचा वास जाणवत होता. प्रलयाच्या अग्निज्वाळांत शहराचं अंग अंग जळत होतं. जळू देत, काही जण जळतील.. भस्म होतील. तरीही दार उघडलं नाही.

गेले सात दिवस आणि सात रात्री हे शहर अजगरासारखं वेटोळं घालून सुस्त होतं. अजगर गिळणार, हे प्रत्येकालाच माहीत होतं. पण स्वतःला सोडून, स्वतःची मुलं, संपत्ती सोडून इतरांना गिळणार, अशी आशा प्रत्येक जण, मनुष्य स्वभावधर्माप्रमाणे करत होता. आज सगळेच धृतराष्ट्र झाले आहेत- फक्त आंधळे; ज्यांना दुसऱ्याचं जीवन, दुसऱ्याचं सुख दिसत नाही. दिसतो फक्त स्वार्थ. हा रोग काविळीसारखा सर्वत्र पसरलेला आहे. म्हणूनच दारापलीकडून ईश्वराचे शब्द आले, तरी दार बंदच राहणार.

गेले दोन दिवस शहरात एक विचित्र, गूढ व्यक्तिमत्त्व संशयास्पद अवस्थेत फिरत होतं. ते रात्रीच्या अंधारात सर्व दारांवर उत्पत्ती, स्थिती आणि लय या शब्दांनी सर्वांना भीती दाखवत होतं. ती व्यक्ती कधी विदूषकासारखी दिसत होती, तर कधी सैतानासारखी दिसत होती..माणसांसारखी तर अजिबात दिसत नव्हती.

त्या गूढ व्यक्तिमत्त्वातील माणूस कोण आणि कसा शोधणार? शोध घेण्यासाठी लागणारं धैर्य अशा या बिकट व विपरीत परिस्थितीत कोणाजवळ होतं? प्रत्येक जण दुसऱ्यामध्ये असलेल्या राक्षसालाच पाहत होता. म्हणून विदूषकासारखं दिसणारं हे व्यक्तिमत्त्व हास्यास्पद असलं, तरी त्याचं परखड, निरपेक्ष बोलणं व कृती सर्वांनाच प्रक्षुब्ध करत होती. त्याला मात्र कोणाच्याच बाजूचं समर्थन नव्हतं. त्या व्यक्तीनं भगवी वस्त्रं धारण केली होती; पण डोक्यावर पांढरी टोपी होती. एका हातात एकतारी होती. छातीवर क्रॉस झुलत होता. तो ह्या सगळ्यांचा उपहास कसा करणार?

सर्व जण त्याला प्रश्न विचारत होते.

तू कोण आहेस? कोठून आला आहेस? कुठं जाणार आहेस? तुझ्या येण्याचा हेतू काय आहे?

तो मान हलवून हसला. हात हालवत म्हणाला,

"मला काही माहीत नाही. हेच प्रश्न जर मी तुम्हाला विचारले, तर तुम्ही काय उत्तरं द्याल?"

त्याच्या अनपेक्षित प्रश्नांनी सर्व जण बिथरले. त्यांनाच प्रश्न करणारा साधू वेषातला हा फकीर कोण? बुद्धिभ्रष्ट झालेला, असला विचित्र पोशाख घालणारा, कुतूहल निर्माण करणारा? नक्कीच काही राजकारण असलं पाहिजे. त्यानंतर त्याला ज्यांनी ज्यांनी जे प्रश्न विचारले, त्या सर्वांना त्यानं उलट प्रश्न विचारले. मग सर्वांनी मिळून त्याला बेदम मारलं. त्याचे दोन्ही हात तोडले. एका पायानं त्याला लंगडं केलं. तो जमिनीवरून घसटत-घसटत दूर निघून गेला.

मग शहर परत पसरलं आणि प्रत्येक जण संशयित नजरेनं एकमेकांकडे पाहायला लागला.

दुसऱ्या दिवशी तो फकीर दणकट काठी घेऊन स्वतःच्या अपंग शरीराला आधार देत एखाद्या रक्षणकर्त्यासारखा एका चौकात जाऊन उभा राहिला.

त्या दिवशी भर दुपारीसुद्धा सगळीकडे संचारबंदी लागू होती. लोक आपापल्या बंद दाराच्या घरांमध्ये लपून बसले होते. वरिष्ठ पोलिस अधिकाऱ्यांचा हुकूम होता, दिसताक्षणी गोळ्या झाडा.....

पोलिसांनी बंदुकीचं टोक त्याच्या पोटाला लावलं आणि त्याला

विचारलं, "तू परत आलास? घरात का नाही बसून राहत? दिवसासुद्धा संचारबंदी लागू आहे, हे तुला माहीत नाही का?"

"म्हणजे सूर्य असला काय अन् नसला काय सारखाच!"

तो हीऽ ऽ ही ऽऽ करून हसला. म्हणाला,

"मी कुठं जाणार? मला घर कुठं आहे? मी विचार केला होता देवळामध्ये किंवा मशिदीत राहीन. पण तिथंसुद्धा रक्त आणि कत्तल यांचा वास आल्यामुळे मी त्या दोन्ही जागा सोडून परत आलो. साधुपुरुषांनी झांजा, चिपळ्या व धर्मग्रंथ न घेता हातात त्रिशूळ, भाले व तलवारी घेतल्या आहेत, जिवाच्या भीतीनं मी पळून आलो आहे तिथून."

तर मग धर्मशाळेत जाऊन राहा. नाहीतर गोळी लागून प्राण जाईल! पोलिसानं कर्तव्यनिष्ठतेनं बजावून सांगितलं.

त्यानं निश्चय पक्का केला. पोलिसाला तो म्हणाला,

"इथं धर्मच नाही, तर धर्मशाळा कोठून येणार? ज्या काही धर्मशाळा पाहिल्या, त्यांच्या विटा अन्याय आणि अधर्माच्या भट्टीतून आल्या आहेत. म्हणून तिथूनही परत आलो."

पोलिस कोणाच्याच बाजूचा नव्हता. तो म्हणाला,

"मृत्यूच्या भीतीनं 'माझा कोणताच धर्म नाही,' असं म्हणू नकोस. तू नक्कीच कोणत्यातरी धर्माचा आहेस. कोणत्याही धर्माचा असशील, तरी चालेल. मला सांग, मी तुझी सुटका करून देतो."

त्यानं आपले डोळे किंचित मिटले, जणू स्वतःचा पूर्वजन्म पाहावा त्याप्रमाणं तो म्हणाला,

"ज्या दिवशी महाराज परीक्षित यांचा राज्याभिषेक झाला, त्या दिवशी कलीनं या धर्माचे चार पाय- दया, तप, सत्य व शुचि यांचा नाश केला होता. तरीसुद्धा कलियुगात बुद्धिवान माणूस स्वतःच्या शक्तीनं दया, तप, शुचि व सत्याच्या मोडक्या पायानं घसटत-घसटत जगत आहे. हे बघ माझे दोन्ही हात व एक पाय कलियुगातल्या या माणसांनी पैसा, अहंकार, सत्ता, हिंसा व स्वार्थाला शरण जाऊन मोडून टाकले. माझे हे मोडलेले दोन हात म्हणजे अहिंसा व करुणा आणि मोडलेला हा पाय म्हणजे उदारता. एक चांगला पाय राहिला आहे, तो म्हणजे संवादाचा. आणि ही काठी आहे प्रेमाची. ती काठी आहे,

म्हणूनच मी तिच्या आधारावर जगतो आहे. मला खात्री आहे, की माझा राहिलेला संवादाचा पाय शाबूत राहिला आणि ही प्रेमाची काठी माझ्या हातात राहिली, तर मी माझ्या जखमी झालेल्या शरीराला लवकर बंद करून कार्याला सुरुवात करीन. आवश्यकता असेल, तर ही प्रेमाची काठी मी तुम्हाला देऊ शकतो. या प्रेमाच्या काठीचा उपयोग करून तुम्ही शहरात शांतता आणू शकाल, आणि या समृद्ध जुन्या शहराला इच्छामरणापासून वाचवू शकाल. बंदूक म्हणजे हिंसेचं प्रतीक, फेकून द्या ती.. मला तिची भीती वाटते..

शहराचं रक्षण करणारा तो बंदूकधारी पोलिस जोरजोरानं हसायला लागला. हवेत बंदुकीच्या फैरी झाडून तो ओरडला,

"खबरदार! माझ्या हातातली ही बंदूक काढून घेण्यासाठी तू हा कट करत आहेस. या शहरामध्ये इतकं विष पसरलं आहे, की माझ्यासारख्या बंदूकधारी पोलिसालासुद्धा इथं सुरक्षितता नाही. माझे काही सहकारी त्यात कामी आले, म्हणण्यापेक्षा मेले. केवळ पोलिसच काय, 'ईश्वर', 'अल्ला', 'येशू' कोणालाच इथं माफी नाही. तुझ्यासाठी या शहरात जागा नाही. हे काय तुला माहीत नाही? जाऽ जाऽ! पळ इथून, नाहीतर तुझी वाचा बंद करीन. आगामी निवडणुकीत उभा राहणार आहेस, वाटतं? म्हणूनच प्रेम, करुणा, अहिंसा, संवाद यांसारखे मतं मिळवणारे शब्दप्रयोग करत आहेस! असे शब्द म्हणजे फक्त शब्द असतात. ते आम्हाला माहीत आहेत. शब्दांशी खेळतात ते पुढारी. बंदुकीशी खेळतो, तो मी.' त्या पोलिसानं परत एक बंदुकीची फैर हवेत झाडली. उडालेल्या एका गोळीनं त्याच्या एकुलत्या एक चांगल्या पायाचा कसा काय वेध घेतला, कोणास ठाऊक!

जिथं विवेकच अस्थिर, दिशाहीन झाला होता. तिथं निर्जीव गोळी दिशाहीन झाली, तर त्यात गोळीचा काय दोष?

अंधार हळूहळू वाढत होता. हिवाळ्यातल्या दवानं थंडगार झालेल्या रात्रीचा हात, तप्त आत्म्यांवर फिरत होता.

काठीचा आधार घेत, लंगडत-लंगडत तो शहराच्या दुसऱ्या टोकाला निघून गेला.

त्यानंतर शहरातली बंद असलेली घरं एकापाठोपाठ एक ढासळू लागली. भूकंप नव्हे, तर पेट्रोल बॉंब. शहर जळत होतं. त्या अग्नीला

शमविण्यासाठी धर्मपीठात असलेल्या पवित्र तलावातून जे फवारे उडत होते, ते होते माणसांच्या रक्ताचे. एकीकडे त्या भयंकर ज्वाळांत आणि त्या रक्ताच्या पुरात पोलिसांचे 'होशियार' हे शब्द आणि दुसरीकडे रक्तानं बरबटलेले चीत्कार या दोन्हींमध्ये शहर गटांगळ्या खात होतं.

तो शहराच्या शेवटच्या टोकाला जाऊन पोहोचला. जिवंत राहण्यासाठी तो रस्ता शोधत होता. पण रस्ता काही दिसत नव्हता. समोर होता घाणीचा ढीग. साऱ्या शहरातली घाण तिथं येऊन पडत होती. किडे वळवळतात, तशी त्या घाणीत काही नग्न, हडकुळी मुलं वावरत होती. काहीतरी शोधत होती. त्यात ती इतकी दंग झाली होती, की शहरात मृत्यूनं घातलेल्या थैमानाचा त्यांना पत्ताही नव्हता.

त्यानं मुलांना विचारलं, "काय शोधताय, रे मुलांनो? दगड,काचा, का बंदुकीच्या गोळ्या?"

मुलांना हे शब्द बहुतेक माहीत नसावेत. त्यांनी विचारलं,

"हे सगळे काय खायचे पदार्थ आहेत? म्हणजे भात, का पोळी? कुठं मिळतात, ते आम्हाला सांगता का? या पोटाच्या भुकेसाठी आम्ही इथं रोज रोज शोधाशोध करतो. पण गेले पाच दिवस झाले आम्हाला इथं आंबूस, नासलेलं अन्नही मिळत नाही. शहर बंद आहे. बाबा, तुम्हीसुद्धा आमच्यासारखे उपाशी दिसता. जरा थांबा, काही मिळालं, तर सगळे मिळून खाऊ या. रोज रोज जे आम्हाला मिळतं, ते आपापसात वाटून घेऊन आम्ही आमचे जीव वाचवले आहेत. तुम्हीसुद्धा आमच्याबरोबर जिवंत राहाल. आम्ही तुम्हाला मरू देणार नाही. मरण फार वेदनादायक असतं. आम्हाला कोणी जन्माला घातलं, ते आम्हाला माहीत नाही. आमच्या जन्मापूर्वीच ते मेलेले आहेत. घर म्हणजे काय ते आम्हाला ठाऊक नाही.

मुलांच्या बोलण्यानं त्याचं मन व्याकूळ झालं. हृदय विदीर्ण झालं.

तो मनाशी पुटपुटला, "खरं तर भाग्यवान आहात तुम्ही सगळे. घर नाही म्हणूनच तुमच्या डोक्यावर बॉंब पडला नाही. शरीर भाजलं नाही. तुम्ही वाचलात आणि तुम्हाला जन्माला घालणारे नाहीत म्हणून तुम्ही आज अनाथ झाला नाहीत."

मग तो मुलांना म्हणाला,

'पण मी कोण? कोणत्या गावचा? तुमचा शत्रू, का मित्र? तुम्ही

काहीच कसं विचारत नाही?'

निरागस नजरेनं मुलांनी त्याच्याकडं बघितलं आणि म्हणाली,

'तुम्ही तर चांगले दिसता आहात. कारण तुम्ही आमच्याशी चांगलं बोललात. छान बोललात. ह्यापूर्वी आमच्याशी असं कोणीच बोललं नव्हतं.'

एवढ्यात शहराच्या चोहोबाजूंनी रक्ताचे पाट वाहत आले.

सगळ्या मुलांनी आपले हात पुढे केले...

"बाबा तुमची काठी आमच्या हातात द्या. शाबूत असलेला पाय या बाजूला ठेवा आणि काठीचं दुसरं टोक धरून हा घाणीचा नाला उडी मारून ओलांडून आमच्या बाजूला या. इथं दुसरा कोणीच नाही. त्यामुळं मृत्यूही नाही."

त्यानं प्रेमाच्या काठीचा आधार घेऊन संवादाचा पाय उचलला आणि नाला ओलांडताना मनाशीच म्हणाला,

"खरं आहे, प्रेमात दुसरा कोणी नसतो. प्रेमात स्वतः सामान्य असावं लागतं आणि समोरचा तो उच्च. त्यामुळे तुम्ही कोणाचे शत्रू होऊच शकत नाही."

'मित्राय अभयम् अमित्राय अभयम्'

अचानक काळरात्रीची थंडी न्हाऊन निघाली. धुंद स्वरात बाबा गाणं म्हणायला लागले. ते पाहून मुलांनी बाबांभोवती फेर धरला. जणू फुलांच्या पाकळ्याच!

एकमेकांना बिलगत ते गोल करून उभे राहिले, जणू एकमेकांच्या शरीराची ऊब पांघरुणासारखी एकमेकांना देत होते. आणि त्या सर्वांमध्ये फुलाच्या देठासारखे दिसणारे विचित्र बाबा.

मुलांनी बाबांच्या पायाला घट्ट मिठी मारली आणि विचारलं,

"बाबा, ही काळरात्र केव्हा संपणार?"

"ती बघा, पहाट होत आली आहे."

"पण प्रकाश कोठून येणार आहे? सगळीकडं तर काळाकुट्ट अंधारच आहे."

"तो बघा, सूर्य उगवत आहे. अकराव्या दिशेनं. जुन्या सूर्यानं आज नवीन दिशा दाखवली आहे. त्या दिशेनं एक नवी वाट निर्माण होत आहे, एक नवा प्रकाश घेऊन."

बाबा त्या नव्या दिशेनं काठी ठक ऽ ऽ ठक ऽ ऽ करत पुढं निघाले पाठीमागून ती मुलं....

'सर्वेषः मम मित्र भवन्तु ....!'

इच्छामरण स्वीकारलेल्या शहरासाठी आज कोणाच्याही मनात खंत नव्हती. ब्रह्मदेवाच्या तत्त्वाप्रमाणे हिंसेचंही आयुष्य संपतं.

रक्तानं माखलेली वस्त्रं बदलून नवी पहाट शुभ्रवस्त्र नेसून समोर उभी होती.

सतेज, धवल, निर्मळ...

जणू सत्यासारखीच!

*****

ते भारतात येत आहेत.

जॉन आणि रीनेट.

रिसर्चच्या कामासाठी मी कॅनडाला मी गेले होते, तेव्हा टोरांटोला त्यांच्याच घरात मी पेईंग गेस्ट म्हणून चार वर्षं राहिले होते. परत यायला निघाले, तेव्हा माझं भारतभेटीच्या आग्रहाचं निमंत्रण पूर्ण होण्याअगोदरच रीनेट म्हणाली होती,

“आम्ही भारतात अगदी नक्कीच येणार आहोत.”

रीनेट म्हणाली, म्हणजे ती नक्की येणारच. न करता येणाऱ्या गोष्टीबद्दल ती कधीच बोलत नसे, हे मला माहीत होतं. मी अतिशय आनंदानं विचारलं,

“केव्हा येताय?”

“रथयात्रेच्या वेळी,” जॉन उत्तरले.

“तेव्हा आम्ही तुमचे पाहुणे आणि तुम्ही आमचे गाईड.” रीनेट म्हणाली.

“तुमच्या येण्याची मी वाट बघते.”

मी म्हणाले. आणि त्याच क्षणी मी मनोमन प्रतिज्ञा केली, की या वर्षीची रथयात्रा जॉन आणि रीनेट येण्यापूर्वी नक्की बघायची. याच वर्षी काही ते लगेच येणार नाहीत. सोयीचं होईल, तेव्हाच ती दोघं येतील.

जॉन आणि रीनेट जोडप्यानं एक नियमच घालून दिला होता. त्यांच्याकडे राहणाऱ्या सगळ्या पेईंग गेस्टनी रात्रीचं जेवण त्यांच्याबरोबर

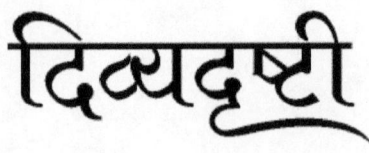

दिव्यदृष्टी

एकत्र घ्यायचं. आम्हीही सगळे जण तो नियम पाळत होतो. प्रेमानं व आनंदानं, केवळ नियमाचं पालन म्हणून नव्हे, तर त्यांच्याबरोबर जेवताना गप्पांची मैफल जमायची, म्हणून. पाहुणचाराला तर सीमाच नव्हती. आपापली घरं सोडून इतक्या दूर चार वर्षं आनंदात कशी गेली, ते कोणालाच समजलं नाही. त्याचं रहस्य होतं, या कॅनेडियन जोडप्याचं प्रेम व स्नेह. जेवणाच्या टेबलावर आम्ही सगळे एकाच परिवारातले आहोत, असं वाटायचं. पेइंग गेस्ट आम्ही चार जण होतो. सगळे भारतीय. जॉन व रीनेट दोघांनाही भारताबद्दल एक खास आकर्षण होतं. आणि त्याहूनही आश्चर्याची गोष्ट म्हणजे, त्या सुंदर, गोऱ्यापान जोडप्याच्या आकर्षणाचा केंद्रबिंदू होता हातपाय नसलेला, रंगानं काळा असलेला जगन्नाथ! जॉनच्या मनात श्री जगन्नाथाबद्दल अतिशय भक्ती व त्याबरोबरच कुतूहलही होतं.

मी होते जगन्नाथधामची, म्हणजेच ओरिसाची. बाकी तिघांपैकी एक जण होता बंगालचा, एक मद्रासचा आणि उरलेला एक उत्तर प्रदेशचा. जॉन आणि रीनेटच्या मनातलं माझं स्थान अढळ होतं. सगळ्यांच्याच जन्मस्थानाची ते चौकशी करत असत; पण जगन्नाथाबद्दलच्या कुतूहलामुळे ओरिसाला अग्रक्रम मिळायचाच. जगन्नाथ, संस्कृती आणि धर्माबाबतचं त्यांचं ज्ञान आणि पांडित्य बघून मलाच माझी कीव यायची. माझ्याबरोबर असलेल्या तिघा जणांनीसुद्धा रथयात्रा बघितली होती आणि मी कटकची असूनही रथयात्रेबद्दल नुसतंच ऐकलं होतं. प्रत्यक्षात रथयात्रा बघितलेली नव्हती. रथयात्रेचं वर्णन करताना माझे भारतीय बांधव म्हणत,

"प्रत्यक्ष दर्शनाचा अनुभव अवर्णनीय आहे. अव्यक्त आहे. अर्थात हे ज्यांनी रथयात्रा बघितलेली आहे, त्यांनाच समजू शकेल."

आणि त्या अनुभवाचा आस्वाद न घेतलेली मी, फक्त मान हलवून मनातल्या मनात प्रतिज्ञा करत होते, की आता भारतात परत गेल्यावर रथयात्रेला नक्की जायचंच.

जॉन म्हणायचे,

"तुम्ही ओरिसाच्या, त्यामुळे खूप वेळा रथयात्रा बघितली असणार. असं म्हणतात, की रथयात्रेच्या वेळी रथ ज्या रस्त्यावरून जातो, त्या म्हणजे बडदांडच्या त्या अगाध, उत्तुंग जनसागरात एका बिंदूप्रमाणं सामावून गेलं की मनातून धर्म, संप्रदाय, भाषा,जात/पात या भावना

आपोआप गळून पडतात. त्या क्षणाला वाटतं, सारं विश्व एक आहे. ईश्वर एक आहे. सारी मानवजात एक आहे. खरं आहे का हे सगळं?'' मी फक्त मानेनं होकार देत हसत हसत म्हणत असे,

''रथयात्रेच्या अनुभूतीचं वर्णन करायला मला शब्द सापडत नाहीत. आपण स्वतःच या आणि रथावर बसलेल्या त्या जनन्नाथाला बडदांडावर प्रत्यक्षच बघा.''

''नक्की! अगदी नक्कीच येणार आहोत; अन्यथा हे जीवन अपूर्ण, अधुरं राहील.'' दोघं एका स्वरात सांगायचे.

अनुभवाच्या संग्रहात आणखी एक अमूल्य रत्न जमा करण्यासाठी आता ती दोघं जण भारतात येत आहेत. थोट्या हाताच्या, पाय नसलेल्या काळ्या जगन्नाथाबद्दल त्यांच्या मनात एवढं कुतूहल का आहे? अशी काय आकर्षणशक्ती आहे त्या विरूप रूपात?

आज रथयात्रा. यालाच श्री गुंडीच्या यात्रा असे म्हणतात. बडदांडावर तिन्ही रथ तयार होऊन उभे आहेत. पतितपावन येणार आणि जगाला दर्शन देणार. मी बघत होते माणसांच्या गर्दीच्या लाटेकडे, महोदधीतून उठणाऱ्या उत्तुंग लाटेपेक्षाही अधिक उत्तुंग व उतावळी झालेली ही लाट! ही लाट जमिनीवर, देवळाच्या शिखरावर, झाडांवर, मचाणांवर, गच्चीवर, दुकानांमध्ये, बाजारात, धर्मशाळेच्या व्हरांड्यात, घरांच्या छपरावर सगळी सगळीकडं पसरलेली होती. सगळ्यांची भावना, विचारदृष्टी एकच होती. नजर एकाच बिंदूवर स्थिर होती. धर्म, वर्ण, संप्रदाय, भाषा, जात या सगळ्यांच्या चेतनेपलीकडे तो बिंदू होता. तो होता, या सकल जगाचा नाथ- जगन्नाथ!

दुर्बिणीला डोळे लावून जॉन आणि रीनेट माझ्याशेजारी उभे होते. त्यांचा उत्साह आणि आवेग बघण्यासारखा होता. असा हा जनसमुदाय त्यांनी यापूर्वी कधीही बघितलेला नव्हता. त्यांच्या कॅमेऱ्याची रंगीत कॅसेट फिरत होती. भक्तिरसात लीन होऊन काही ठिकाणी भक्तगण झांजा आणि टाळ्या वाजवीत, 'हरे कृष्ण हरे राम'च्या गजरात तास न् तास नाचत होते. ना थकवा, ना भूक, वा तहान कशाचीच शुद्ध नव्हती. देवळाच्या शिखरावर बसलेली माणसं देवांच्या मूर्तीसारखी निश्चल होती. बावीस पायऱ्यांवरून आता देव येतील. 'पहंडी-बिजे', म्हणजेच डुलत डुलत, सुशोभित होऊन जगाला दर्शन देण्यासाठी

येतील. आपल्या भक्तांना दर्शन देण्यासाठी येतील, सगळे जण प्रभूच्या दर्शनासाठी आतुर झालेले. कुठं पुरुषांचे घोळके, तर कुठं गर्दीत हरवू नये, म्हणून एकमेकींच्या पदरांना गाठी मारून आलेल्या खेड्यापाड्यांतल्या बायका. सर्वच जण जसे जगन्नाथमय होण्यासाठी उत्सुक.

अतिशय हवंहवसं वाटणारं असं दृश्य होतं ते. अनुभूतीही नवीन होती. ज्ञानाची भुकेली ती दोघं नवरा-बायको आपल्या कॅमेऱ्यात तसंच स्वतःच्या स्मृतिपटलावर सर्व साठवून घेत होते. तिन्ही देव, जगन्नाथ, बलराम आणि सुभद्रा आपापल्या रथावर विराजमान होते. जनसमुद्रातून पुरीच्या राजांची चांदीची पालखी एखाद्या हंस पक्ष्याप्रमाणे तरंगत येत होती. राजांनी तीन वेळा 'छेरा पहंरा' (राजा रथ झाडतात त्याला, 'छेरा पहंरा' म्हणतात) केला, की रथ ओढायला सुरुवात होणार होती.

"देवाच्या दरबारी राजा काय आणि रंक काय; उच्च काय आणि नीच काय सर्व सारखेच." मी सांगत होते. ते ऐकून मि. जॉन आनंदसागरात तरंगत होते. केवढा मोठा हा नीतिबोध! त्यांच्या मनात आलं, की जगातल्या प्रत्येक व्यक्तीनं आयुष्यात एकदा तरी बडदांडावर उभं राहून जगन्नाथाची ही लीला बघून त्यात असलेला नीतिबोध घेतला पाहिजे. कारण आजही विकसित देशांमध्ये गोरा-काळा वर्णभेद, जात-पात, रक्तपात, द्वेष, घृणा, भेदभाव सर्व काही चालू आहे. एकदा का या श्रीक्षेत्री आलं, की कोणत्याही चिंतनशील माणसाच्या मनात कसलाही भेदभाव राहायचा नाही. हा विचार त्या दोघांच्याही मनांत दृढ होत होता.

आता रथ ओढायला सुरुवात होईल, पण त्यापूर्वी आरती. सर्वांची नजर त्या मोठ्या चक्राकार डोळ्यांकडं होती. मीही अनुभवत होते, जगन्नाथ म्हणजे फक्त हे दोन मोठे डोळे. आज ते जास्तच सतेज आणि मोठे दिसत होते. हे डोळे सारं काही बघू शकतात. त्यांच्यापासून काहीच लपून राहत नाही.

वाटत होतं, जगन्नाथाचे ते दोन डोळे पृथ्वीसारखेच वर्तुळाकार आहेत. जणू काही शनीच्या वलयाप्रमाणे पृथ्वीभोवती फेर घालून, संपूर्ण मानवी समाजाला एका बंधनात बांधून ठेवण्यासाठी सगळीकडे बघत आहेत. त्याचे डोळे म्हणजे पृथ्वीचा परीघ आणि स्वतः जगन्नाथ पृथ्वी आहेत. ते संपूर्ण विश्वमय आहेत. जनता आज रोमांचित झाली

आहे 'हरीबोल'च्या जयघोषांनी सगळा आसमंत दुमदुमला आहे. लाखो डोळे आज त्या डोळ्यांवर खिळून राहिले आहेत.

पण जॉन मात्र जगन्नाथाकडे पाठ करून उभे आहेत. ज्या अलभ्य अनुभूतीच्या प्राप्तीसाठी ते सातासमुद्रांपलीकडून आले आहेत, त्यालाच पाठ दाखवून उभे होते. श्री जगन्नाथापेक्षा महत्त्वाचं असं ते काय बघत आहेत? त्यांचा कॅमेरा चालूच होता. मीही जगन्नाथाकडे पाठ करून, ते काय बघत आहेत याचा शोध घेऊ लागले. मला काही वेगळं दिसलं नाही, म्हणून मी त्यांना प्रश्न केला,

"जॉन, जगन्नाथाचं दर्शन सोडून आपण कुठं बघत आहात? आत्ता रथ ओढायला सुरुवात करतील. ते श्री गुंडीच्या मंदिरात जातील. पुन्हा पुन्हा हे बघायला, अनुभवायला मिळायचं नाही, त्या चक्राकार डोळ्यांचं आज डोळे भरून दर्शन घ्या."

जॉन भावविभोर होत म्हणाले,

"मी खऱ्याखुऱ्या जगन्नाथाचं दर्शन घेत आहे. तो निष्प्राण लाकडाचा देव जिवंत होऊन माझ्यासमोर उभा आहे. त्यालाच मी बघतो आहे." मी आश्चर्यानं त्यांच्याकडे बघतच राहिले.

त्यांच्यासमोर एक आंधळा उभा होता. त्याचा हात हातात घेऊन उभी होती एक कळाहीन बाई. बहुतेक ती त्याची बायको असावी. ती एकटक जगन्नाथाकडं बघून त्याचं वर्णन त्या आंधळ्या माणसाला सांगत होती. आंधळा दोन्ही हात जोडून भक्तिभावानं उभा होता. जगन्नाथाचं वर्णन ऐकून त्याचं शरीर आवेगानं थरथरत होतं. दृष्टी नसलेल्या त्या दोन अंधाऱ्या गुहांमधून भक्तिभाव पाझरत होता. गदगदलेल्या स्वरात तो म्हणत होता.

"अरे काळिया, (ओरिसात जगन्नाथाला 'काळिया' म्हणतात) तू खरंच का इतका सुंदर आहेस? तुला बघून माझे डोळे पावन झाले. मी धन्य झालो. पावन झालो तुझ्या दरबारात आलो होतो, मला डोळस कर, दृष्टी दे हे दान मागण्याकरता! पण डोळे नसताना जर का तुझं दर्शन मला होऊ शकतं, तर आता मला दृष्टीची जरूरच काय?"

त्या आंधळ्यांची भाषा जॉनना समजत नव्हती. पण भाव अनुभवता येत होते. त्यांचा कॅमेरा ते भाव टिपत होता. ते एकटक त्याच्याकडे बघत होते. मी त्यांना म्हणाले,

"जॉन, या देशात असे हजारोंनी दुःखी, गरीब, आंधळे, पांगळे स्वतःला खोटा दिलासा देत जगत असतात. हेच त्यांच्या जीवनाचं रहस्य आहे. ते विसरा आणि जगन्नाथाकडे बघा."

जॉन भारावलेल्या आवाजात म्हणाले,

"या माणसाच्या डोळ्यांसमोर अंधार आहे, फक्त गडद अंधार! श्री जगन्नाथ म्हणजेही अंधा; तोच त्याचा रंग. आंधळ्या माणसाच्या डोळ्यांच्या खाचांमध्ये दुःख, दैन्य व निराशेचा गडद अंधार भरलेला आहे आणि त्यातच मला जगन्नाथाचे ते दोन चाकाएवढे मोठे काळे डोळे दिसत आहेत. तुम्हाला नाही का ते दिसत? जगन्नाथ नाहीत श्रीमंदिरात, नाही रथावर, ना ते स्वतःची पूजाअर्चा करून घेत आहेत, ते आहेत दुःखानं पिचलेल्या, दैन्यानं पीडित अशा असहाय माणसांच्या मनाच्या गाभाऱ्यात."

जॉन पुढं बोलत होते,

"भारतात आल्यापासून मला आश्चर्य वाटत होतं, इतकं दुःख / दैन्य भोगत ही माणसं सर्व प्रकारच्या प्रतिकूल परिस्थितीतही कसं आपलं जीवन जगतात? पण आज लक्षात येतंय, की ते खोट्या आशेवर जगत नाहीत, तर त्यांची सगळी प्राणशक्ती सामावली आहे त्यांच्या अखंड विश्वासात आणि त्यांच्या दिव्यदृष्टीत! जगन्नाथाच्या विश्वासावर तो आंधळा माणूस तास न् तास तहानभूक विसरून उन्हामध्ये बडदांडवर उभा आहे. आपल्या दिव्य दृष्टीनं जगन्नाथाचं दर्शन घेण्यासाठी! खरोखरच धन्य तो भक्त, धन्य ते जगन्नाथ आणि धन्य ती भारतभूमी!"

आंधळ्या माणसाच्या डोळ्यांतून अविरत अश्रू वाहत होते.

जगन्नाथदर्शनाच्या आनंदानं जॉनच्या डोळ्यांनाही धार लागली होती. जगन्नाथाकडे पाठ करून अजूनही ते त्याच डोळ्यांकडे बघत होते. त्यांच्या कॅमेऱ्यामधून एक फोटो बाहेर पडत होता. बघता-बघता फोटोत दोन अंधाऱ्या गुहा दिसायला लागल्या, आणि त्यांतच दिसत होते दोन तेजस्वी कण. तेजस्वी प्रकाशकण. सगळ्या असहायतेतही जगण्याचं आत्मबल तर तेच तेजस्वी प्रकाशकण होते, तोच तर जगन्नाथ! माणसाचा विश्वास आणि दिव्यदृष्टी हेच तर आहे माणसानं माणसासारखं जगण्याचं खरं रहस्य.

ते आले होते हातपाय नसलेल्या जगन्नाथाबद्दल मनात कुतूहल

घेऊन, परत जात होते प्रगाढ भक्ती आणि अखंड विश्वास बरोबर घेऊन. असा विश्वास, जो भारताच्या लाखो-करोडो गरीब जनतेला संजीवनी देतो आहे.

'ईश्वराचंच तर दुसरं नाव आहे, विश्वास- आत्मबल!'

*****

आईच्या त्या लाकडी डब्यावर मुलांचीच काय, पण त्यांच्या वडिलांचीही नजर असायची. शिसवी लाकडाचा सुबक चौकोनी डबा. त्याचं झाकण उघडलं, की अनेक कप्पे असलेला एक खण. तो खण उचलला, की त्याच्या खाली देवळाच्या गाभाऱ्यागत थोडासा अंधारलेला भाग, मजबूत घडणीचा. बाहेरून नक्षीकाम केलेल्या त्या डब्याला किल्लीसाठी एक छोटीशी जागा होती. उचलण्यासाठी दोन्ही बाजूंना दोन पितळी कड्या. आईच्या चेहऱ्याप्रमाणेच तो डबाही सुंदर व सुबक दिसायचा. आईच्या शांत आणि गंभीर चेहऱ्याकडं बघितलं, की जाणवायचं, तिचं मन खूप मोठं व अपार मायेनं भरलेलं आहे. त्या डब्याकडं बघून असंही वाटायचं की, साऱ्या विश्वाची माया यातच सामावलेली आहे.

आईबरोबर तो डबा तिच्या माहेरून आलेला. सगळ्याच मुलींच्या लग्नात हुंड्याबरोबर हा डबा असतो. 'हात बॉक्स'! हुंड्यात आलेल्या वस्तूंवर सगळ्यांचाच हक्क असतो. सासूबाई, मामंजी, दीर, नणंद कोणीही कुठलीही वस्तू घ्यावा; पण या डब्यावर 'हात बॉक्स' वर हक्क मात्र फक्त नवऱ्या मुलीचाच. त्यामध्ये तिच्या स्वतःच्या काही गोष्टी आणि पैसे असतात. सासरी गेल्या गेल्या लागलं, तर ती कुणाकडं पैसे मागू शकत नाही. माहेरून कोणी भेटायला आलं, की मानाचे म्हणून त्याच्या हातावर पैसे देणं तो सासरचा मान, आणि धाकटा दीर, नणंदा, भाचरांपैकी कोणी काही हट्ट केला, की प्रेमानं गोंजारून त्यांनाही पैसे देणं यात माहेरचा मोठेपणा. तसं बघायला गेलं, तर नव्या नवरीला खर्च असा तो काय असणार? पण लागलेच काही खर्चाला, तर तिच्या

माहेरचा डबा

हाताशी असतो हा 'माहेरचा डबा.' कधी कधी याच डब्यात तिला माहेरचं दुःख, दारिद्र्य तर कधी सासरची टोचणी, अवहेलना बंद करून ठेवावी लागते, 'दुहिता, दोन्ही कुळांची हिता' ही म्हण सार्थ करत तोंड बंद ठेवून जगायचीही वेळ येते. अगदी त्यांच्या आईसारखीच.

आईनं त्या डब्याची किल्ली कधीही कोणाला काढून दिली नव्हती. ती गेली, तेव्हासुद्धा ती छोटीशी सुबक किल्ली तिच्या पदराला बांधलेली होती. नवीन लुगडं नेसवताना मोठ्या सुनेनं जरा धाडस करूनच, हळूच ती किल्ली काढून घेतली होती. सासूबाई गेल्या आहेत, हे माहीत असूनही किल्ली काढताना तिला धडधडत होतं. घशाला कोरड पडली होती. तिला वाटत होतं की, सासूबाईंचा थंड पडलेला कृश हात एकदम उचलला जाऊन तिच्या हातातील किल्ली हिसकावून घेईल.

जगरहाटीनुसार आईच्या अंगावरचे दागिने काढणं चाललं होतं. मोठा मुलगा दुःखानं तटस्थपणे बघत होता. तिच्याबरोबर तिचे दागिने भस्म झाले असते, तरी तिला थोडेच समजणार होते? तिच्या कानातली कुडी न निघाल्यामुळं धाकट्यानं काढताना जरा जोर लावला. कानाची पाळी ओढली गेली. मोठा एकदम ' स्स..' करून ओरडला. पण जेव्हा त्यानं आपल्या बायकोला आईच्या पदराची किल्ली काढताना बघितलं, तेव्हा तो म्हणाला,

"सुरेखा, राहू दे ती किल्ली. तिच्या नव्या लुगड्याला बांधून टाक. तिच्याबरोबरच तिची किल्लीही जाऊ दे. होती तेव्हा, तिनं एकदासुद्धा कोणालाही हात लावून दिला नव्हता.''

सुरेखानं समजावल्यासारखं हळू आवाजात नवऱ्याला सांगितलं,

"असं काय लहान मुलासारखं करताय? सासूबाईंबरोबर ही किल्ली चितेत टाकणार असलात, तरी तो डबा थोडाच टाकणार आहात? काय आहे त्या डब्यात, कोणालाच माहिती नाही. त्यांच्या सगळ्या आयुष्याची आठवण.. साठवण.. हा एक डबाच तर आहे! खरोखर त्या सगळं कसं व्यवस्थित सांभाळत..! असं म्हणत-म्हणत आपल्या सासूचा चांगुलपणा आठवून ती एकदम रडायला लागली.

आई गेल्याच्या तिसऱ्या दिवशी सगळ्यांना तिच्या डब्याची आठवण झाली. कोणी उघडायचा तो डबा? काय असेल त्या डब्यात? आजारपणात शेवटी शेवटी नवऱ्यानं म्हणावं तसं लक्ष दिलं नाही की, तिनंही

स्वतःसाठी औषधपाण्यावर पै खर्च केली नाही. जाण्यापूर्वी कोणासाठी काय ठेवलं आहे, तेही सांगून गेली नाही. अगदी जायची वेळ आली, तेव्हा सगळ्यांनी आपापल्या परीनं विचारलं,

"आई, काही सांगायचं आहे का? तुझी काही इच्छा आहे का? काही बोलायचंय् का?"

पण आई त्या बंद डब्याप्रमाणेच गप्प होती. अगदी शेवटी फक्त मोठ्या मुलाचा हात धरून अतिशय क्षीऽण आवाजात म्हणाली,

"माझा.. माझा.. डबा.." आणि पुढं काही बोलण्याच्या आतच ती गेलीसुद्धा.

पण एक गोष्ट मात्र तितकीच खरी होती की, आपल्या पश्चात डब्याची किल्ली नवऱ्याच्या हाती लागू नये, अशीच तिची इच्छा होती. आणि तसे ती बोलूनही दाखवायची. नवऱ्याविषयीची तिची भक्ती, पत्नी म्हणून असणारी कर्तव्यं, सगळं ती व्यवस्थित सांभाळत असे. पण त्यात प्रेम नसायचं. अर्थात त्यात आईचा काहीच दोष नव्हता. असलाच, तर वडिलाचांच दोष शंभर टक्के होता. त्यांच्या मनात आईबद्दल प्रेमच नव्हतं. जाणती झाल्यापासून या गोष्टीची जाणीव मुलांना झाली होती.

आई अगदी गुरासारखी राबत असे. वडिलांची मिळकतही अगदी सीमित होती. पाचही मुलांचे सर्व खर्च ती त्यातच भागवे. त्यांना कशाचीही उणीव भासू नये, यासाठी धडपडे. महिनाअखेरीस तिच्या हातात नवऱ्याचा पगार येत असे. पण दुसऱ्याच दिवसापासून त्याला वाटा फुटायच्या. व्यसनासाठी त्यांनी पैसे मागितले, की ती नेहमीच म्हणायची,

"संपले पैसे. इतक्या कमी पैशात मी कसं घर चालवते, ते माझं मलाच माहीत! तुम्ही किती पैसे माझ्याकडून घेता, त्याचा हिशेब तरी आहे का? मुलांना उपाशी का मारणार आहात? आता यापुढे तुम्हीच घर सांभाळा आणि अगदी मनाला येईल तसा खर्च करा."

हे सगळं मुलांना ऐकून ऐकून पाठ झालेलं होतं. पण त्याबरोबरच इतकं सगळं बोलूनही डबा उघडून ती त्यांच्या हातावर पैसे नक्की नक्की टिकवणार, याचीही मुलांना खात्री होती.

मुलांनी कधी खाऊसाठी पैसे मागितले, की संतापानं धुसफुसत म्हणायची,

"यांचा बाप जणू लक्षाधीश आहे. नोटांची बंडलंच्या बंडलं आणून घरात टाकतो. म्हणून तर मुलांना आणि त्यांच्या वडिलांना रोज पैसे लागतात. आता मलाच विकून खा. माझी हाडं गेली, की मगच तुमच्या वडिलांचं मन शांत होईल."

वडिलांवरचा राग मुलांवर निघे. पण मुलांनाही माहीत होतं, की आता ती पाय आपटतच झोपायच्या खोलीत जाईल. पदराला बांधलेल्या किल्लीनं हळुवार हातांनी रेशमी कापडात बांधलेला तो डबा उघडेल आणि खाऊसाठी सऽऽगळ्यांना पैसे देईल. मुलांवर आपण उगाचच रागावलो, म्हणून रडेलही. आणि मग, पाऊस पडून गेल्यावर जमीन जशी मऊसर होते, तशी हळुवारपणे मुलांना गोंजारेल. चैत्रातल्या वाऱ्यावर हळुवारपणे हलणाऱ्या कोवळ्या पानासारखा एक दीर्घ श्वास बाहेर सोडेल.

हे सगळं झालं, की ती म्हणायची,

"ह्यांनी घराकडे थोडं जरी लक्ष दिलं, तरी माझी मुलं खाऊन पिऊन सुखी राहतील. पैशा दोन पैशासाठी माझ्या शिव्या खाणार नाहीत."

हेच ऐकण्यासाठी जणू मुलं थांबलेली असायची. आणि लागलीच उड्या मारत निघून जायची. लहानपणी त्यांना वाटायचं, नव्हे खात्रीच होती, आईचा तो डबा जादूची पेटीच आहे. कितीही पैसे काढले, तरी त्यातले पैसे संपणारच नाहीत. घरखर्च, मुलांचं शिक्षण, त्यांची हौस-मौज, पाहुणेरावळे, औषधपाणी आणि या सगळ्या खर्चाबरोबरच नवऱ्याचा नबाबी खर्च.. सगळेच खर्च याच डब्यातून व्हायचे.

वर्षातून एकदा ती तो डबा साफसूफ करायला घ्यायची. तो दिवस मुलांच्या आनंदाचा असे. या वयातही तो आनंद ते विसरू शकत नव्हते. पाचही जण कोंडाळं करून डब्याभोवती आनंदानं, आश्चर्यानं बघत बसायचे, साऱ्या विश्वाची संपत्ती जणू काही याच डब्यात सामावली आहे, असं वाटायचं. त्या छोट्या छोट्या खणांमधून नाकातली चमकी, कर्णफुलं, सोन्याची कंठी, हार, कांकणं, केसात माळायची फुलं असं खूप काही असायचं. माहेरून आणलेले दागिने चकचकीत करून ती त्यातच ठेवायची. जरुरीपुरते दागिने ती अंगावर घालायची. नवऱ्याच्या कमाईत तर नवीन दागिना होणं शक्य नव्हतं. मुलींसाठीही काही नवीन करणं शक्य नव्हतं. सुना आल्यावर त्यांनाही काही द्यायला हवं.

सगळ्यांसाठी आहे, तेच पुरवायचं. खालच्या कप्प्यात काही पत्रं, कागदपत्रं व जमिनीची कागदपत्रं होती. त्याबरोबरच एका रुमालात तिच्या वडिलांनी तिला पाठवलेली काही पत्रं गुंडाळून ठेवलेली होती. गेलेल्या वडिलांची तेवढीच स्मृती तिच्याजवळ होती. डब्यातील सगळ्या वस्तूंमधे ती पत्रं अमोल होती.

डबा नीट लावून झाला, की ती पत्रं वाचायची. स्वतःच्या वडिलांचं अक्षर बघून तिचे डोळे पाणावायचे. म्हणायची,

"माणूस जगातून गेला, नाहीसा झाला, पण हे कागदाचे तुकडे आहेत तसेच आहेत. अक्षरंही तशीच आहेत, अगदी काल लिहिल्यासारखी. कागदांपेक्षाही कमी झालंय माणसाचं आयुष्य! पण हे सर्व तुमच्या वडिलांना थोडंच समजतंय? पान, विड्या, भांग घेऊन स्वतःचं आयुष्य कमी करत आहेत. माझ्या सांगण्याला काय किंमत आहे म्हणा, या घरात? मी थोडीच या घरची आहे? मी तर नुसती मोलकरीण- नुसते काबाडकष्ट करणार- मार खाणार- शिव्या खाणार आणि कधीतरी मरणार. कोणी विचारपूस करणार नाहीत, की सेवा करणार नाहीत. म्हातारी झाले, आजारी पडले, की तोंड तरी बघतील की नाही, कुणास ठाऊक! जेव्हा तरुण होते, तेव्हाही कधी प्रेमाचे दोन शब्द बोलले नाहीत. असं काऽऽय बघितलं माझ्या वडिलांनी यांच्यामध्ये, कुणास ठाऊक! वरवरचं देखणेपण बघूनच उजवली असणार, म्हणा. त्यांना तरी का दोष देऊ? माझंच नशीब खोटं.."

मग मुलंच आईला मिठी मारून म्हणायची,

'आई गं, आम्ही आहोत ना! अगं आम्ही बघू तुझ्याकडे, सेवा करू तुझी.'

आणि आईची विषण्ण मूर्ती क्षणात प्रेमानं उजळून निघायची.

मुलांची अलाबला काढत, त्यांना मांडीवर घेत ती म्हणायची,

"अरे, तुम्ही केव्हा रे मोठे होणार, कर्ते होणार, ते एका त्या जगन्नाथालाच माहिती. त्याच्या भरवशावर तर सगळं सोपवलं आहे. माझं काय, तुम्ही सगळे खूप चांगले शिका. मोठे व्हा, यश कमवा, नावलौकिक मिळवा; तुमच्या वडिलांसारखं मात्र होऊ नका, म्हणजे मला सगळं काही मिळालं. नंतर मला विचारा, नाहीतर नका विचारू."

कोणत्याही विषयानं सुरुवात होवो, शेवट वडिलांवर येऊन संपायचा.

आईचं सगळं बोलणं मुलांच्या वडिलांना उद्देशूनच असायचं.

मुलं जशी मोठी होत गेली, तसं त्यांच्या लक्षात येऊ लागलं होतं, की निष्ठुर आणि निर्दयी अशा नवऱ्याच्या तोंडावर ती काही बोलली नाही, तरी मनातली सगळी चीड, संताप, राग त्यांच्यामागे प्रत्येक गोष्टीत बोलून दाखवत असे. नाहीतर तिला जिणं अवघड अशक्य झालं असतं.

वडील सेवानिवृत्त होईपर्यंत आईच्या तपश्चर्येमुळेच सगळं मार्गाला लागलं होतं. तिन्ही मुलींची लग्नं होऊन त्यांना चांगली घरं मिळाली होती. मुलगे चांगल्या पदावर पोचले होते. आईच्या त्या डब्याचीच ही करामत होती, की ज्यामुळे मुलांचं शिक्षण, आणि मुलींची लग्नं सारं काही सुखरूपपणे पार पडलं होतं.

वडिलांच्या सेवानिवृत्तीनंतर मात्र आईचे खरे खडतर दिवस सुरू झाले. कारण त्यांची पैशाची मागणी ती पूर्ण करू शकत नसे. त्यामुळे पैशासाठी वडील, या वयातही आईच्या अंगावर हात टाकतात, हे मुलांच्या कानावर आलं होतं. अजूनही त्यांच्या वडिलांची अशीच समजूत होती, की तो डबा म्हणजे कधी न संपणाऱ्या धनाचं भांडारच आहे.

आईला आपल्याकडे येऊन राहण्यासाठी मुलं नेहमी सांगत असत; पण ती साफ नकार देऊन म्हणायची,

"अरे, चोराच्याच हवाली हे घर करून तुमच्या घरी मी सुखानं कशी राहीन, रे! अरे, माणुसकी सोडलेला माणूस हा! मी तुमच्या घरी का आले, तेही त्यांना समजायचं नाही. उलट मी घरातून बाहेर पडले रे पडले, की सगळं घरदार विकून स्वतःचाच सर्वनाश करून घेतील. सोसावं कोणाला लागेल?"

मग मुलंही चिडून म्हणायची,

"पडू दे हिला असं इथंच मरेपर्यंत. खाऊ देत अशाच शिव्या आणि मार. अगं आई, तू आमच्याकडे निघून आलीस, की मगच तुझं महत्त्व त्यांना समजेल. तुझे पाय धरून बोलवायला येतील तुला." त्यावर आई म्हणायची,

"इतकं कुठलं रे, भाग्य माझं? तुमची आई मेली, तरी त्यांना तिचं महत्त्व समजणार नाही. या माणसाला काय मन आहे, का अंतःकरण?

लोकलाजेस्तव आजपावेतो इथं पडून आहे. जिवंत आहे तुमच्या तोंडाकडं बघून.''

मग आम्ही तुला जास्त पैसे पाठवू. देत जा त्यांना. पण उगाच त्यांच्या हातचा मार नको खात जाऊस.

त्यावर डोळे मोठाले करून ती म्हणायची,

''मुलांच्या अनाठायी खर्चासाठी वडिलांनी पैसे देणं जितकं वाईट, तितकेच वडिलांच्या अनाठायी खर्चासाठी मुलांनी पैसे देणं चुकीचं आहे. मी असेतोपर्यंत त्यांना कमी करणार नाही; पण तुमचा घामाचा पैसा असा व्यसनापायी उधळला गेलेला मला बघवायचाही नाही. नेटकेपणानं आपला संसार करा. अडीअडचणींसाठी दोन पैसे साठवून ठेवा. डाळ-तांदूळ तर आम्हाला शेतावरून येत आहे. बाकीचं आमचं सगळं ठीक चालेल.''

आणि ते खरंही होतं. नवऱ्यापुढे जसा तिनं कधी पैशासाठी हात पुढं केला नाही, तसेच मुलांसमोरही कधी हात पसरले नाहीत. किती धन तिनं त्या डब्यात ठेवलं होतं, कुणास ठाऊक! शेवटचे काही महिने मात्र तिनं त्यांना एक पैही दाखवली नाही. मागितलेच त्यांनी पैसे की, त्यांच्या अंगावर खेकसायची,

''कुठून आणू, कुठून आणू मी पैसे? माझ्या डब्यात आता काहीही नाही. तुमच्या व्यसनासाठी मुलांसमोर मी मुळीच हात पसरणार नाही. तुम्हाला काय करायचं आहे, ते करा.''

त्यावर ते म्हणायचे,

''दे मला, ती किल्ली दे. मी स्वतः बघतो.''

''खबरदार! मी मेल्यावरही तुम्ही माझ्या डब्याला हात लावायचा नाहीत. मुलानांही मी सांगणार आहे की, माझ्याबरोबरच माझा डबाही माझ्या चितेत टाका; पण तुम्हाला हात लावून देऊ नका.''

तीही जोरात ओरडून सांगायची आणि मग त्या डब्यापायीच राग वाढून ते बायकोवर हात टाकायचे. पण तिनं काही त्यांना किल्लीला हात लावू दिला नाही. सगळ्या अशांतीचं मूळ तो डबा, एकदा रिकामा आहे हे बघितलं असतं की ते शांत झाले असते, पण तिचीही एकच जिद्द होती. त्यांना डब्याला हात लावून न देण्याची.

मग मुलंही चिडून म्हणायची,

'आईला आता खरा म्हातारचळ लागला आहे.'

शेवटी शेवटी तर ती रोज एकदा डबा उघडून बघायची. दार बंद करून त्या डब्यातलं काय बघायची, कोणास ठाऊक! दार उघडून बाहेर आली, की मात्र तिचा उदास चेहरा कोमेजल्या फुलांवर पाणी शिंपडल्यागत ताजातवाना दिसायचा. वडील मग आणखी रागानं तिच्याकडे बघत ओरडायचे.

"निर्लज्ज बाई, रोऽज दार बंद करून पैसे मोजत बसते. जशी बरोबरच घेऊन जाणार आहे. तू मेल्यावर नाही उडवले सगळे पैसे एका दिवसात, तर बघ!"

मुलांनाही वाटायचं, पैसेच मोजत असली पाहिजे. दार बंद करून रोज काय रिकामा डबा बघते? सुनांना वाटायचं, दागदागिने तरी नक्कीच असतील. स्वतःसाठी उभ्या आयुष्यात एक पैही कधी खर्च केलेली नाही. आता डब्यात जे काही असेल, ते बरोबर थोड्याच घेऊन जाणार आहेत? शेवटी मुलांनाच मिळणार सर्व काही.

आईचं वय तसं जास्त नव्हतं. पण प्रेमच नसलेलं दाम्पत्यजीवन आणि आयुष्यभर नवऱ्यानं केलेले अत्याचार व मुलांची काळजी यामुळे ती आतून अगदी पोखरून निघाली होती. त्यामुळे एकदा ती जी आजारी पडली, ती उठलीच नाही. काही दिवसांच्याच आजारपणात ती गेली.

तिच्या आजारपणात मुलं त्यांच्या वडिलांबद्दल काहीवाही बोलू लागली की सांगायची,

"अरे, तुमचे वडील आधी सुरुवातीपासून असे नव्हते, रे! खूप चांगले होते. लग्नानतर काही महिन्यांनी नोकरीसाठी इकडं शहरात आले. मी तेव्हा गावाकडंच होते. पण जेव्हा मी इथं शहरात आले, तोपर्यंत ते पूर्ण बदलून गेले होते. वाईट लोकांची संगत, वाईट सवयी लागलेल्या. पैशाची उधळण. जितके दिवस आम्ही एकत्र गावात होतो. तेवढेच दिवस माझ्या संपूर्ण आयुष्यातले सुखाचे दिवस ठरले. खूप आनंदात होते मी. पण ते इकडं शहरात आले आणि जशी दृष्ट लागली. आग लागली माझ्या संसाराला."

म्हणूनच आज आई गेल्यावर प्रत्येकाच्या डोक्यात हाच विचार होता....कोण उघडणार हा डबा? कोणाचंच धाडस होत नव्हतं. कारण

तिची परवानगी कोणालाच नव्हती. पण डबा उघडणंही जरुरीचं होतं. नक्कीच त्यात काहीतरी असणार. तो डबा रिकामा असणं शक्यच नव्हतं.

कॉलेजमध्ये शिकणाऱ्या मोठ्या नातवाच्या- उदयच्या हातात शेवटी किल्ली दिली. कारण त्यानंच लहानपणी कधी कधी हट्ट करून आजीकडून किल्ली घेऊन डबा उघडला होता.

उदयनं डबा उघडला. सगळे सरसावून पुढं डोकावले. आईच्या हाताचा वास त्यातून जाणवला. सगळे एकदम सुखावले. वरचा खण तर पूर्ण रिकामा होता. साधी एक चमकीही त्यात नव्हती. मग तो खण उदयनं काढला. आतल्या कप्प्यात हात फिरवला. एकही पैसा हाताला लागला नाही.

मग दार बंद करून ती काय करत होती? का देत नव्हती डब्याची किल्ली बाबांना? उदयनं परत एकदा हात फिरवला. एका कोपऱ्यात पितळी, चपटी, छोटी डबी हाताला लागली. काय आहे बरं यामध्ये? त्यातून एक पत्र निघालं. चार घड्या घातलेलं. अगदी जुनं. त्याच्यातच एका तरुणाचा फोटोही होता. खूप जुना असल्यामुळं पिवळट पडलेला. प्रत्येकाच्या मनात विचार आला, की हा तरुण आज जिवंत असेल, तर नक्कीच म्हातारा असणार! कोण आहे बरं हा गृहस्थ? फोटो जुनाट असल्यामुळं नीट ओळखू येत नव्हता. म्हणजे आईचा.. आईचा.. कोणी..हे देवा! मुलांनी शरमेनं माना खाली घातल्या. असं तर नव्हतं, की याच कारणासाठी बाबांनी आयुष्यभर तिला त्रास दिला? आणि याच कारणासाठी ती त्यांना किल्ली देत नव्हती?

'प्रेमपत्र दिसतंय,' असं पुटपुटत उदयनं पत्र वाचायला सुरुवात केली..

माझ्या हृदयाची देवी, माझी प्रियतमा,

तिलोत्तमा,

तुझ्याशिवाय सगळंच अधुरं वाटतंय. असं वाटतंय, की इथं..

मोठ्या मुलाने उदयच्या हातून पत्र जवळ जवळ हिसकावून घेतलं.

"जा नीघ जा इथून, कॉलेजात शिकतोय्! तरी अक्कल नाही. तुला कोणी सांगितलं होतं ते पत्र वाचायला?"

उदय तिथून हळूच निसटला. मिस्कीलपणानं हसत विचार करत होता, आयुष्यभर नीती, अनीतीच्या गोष्टी सांगणाऱ्या आपल्या आजीचा कोणी प्रियकरही होता तर! तिचं दुसऱ्या कोणावर तरी प्रेम होतं! आणि इतकं प्रेम, की आजपर्यंत तिनं ते पत्र आणि फोटो सांभाळून ठेवला होता.

सगळ्यांच्या संशयित नजरा बघून मोठ्या मुलानं त्या पत्राची घडी घालायला सुरुवात केली. तरीही उत्सुकतेपोटी पत्राकडे बघितल्यावर शेवटच्या काही ओळी त्याच्या नजेरस पडल्या. प्रियकर कोण? हे जाणून घेण्याचीही उत्सुकता होतीच. म्हणून त्यानं पत्राखालची सही वाचली आणि तो स्तब्ध झाला. लिहिलं होतं..

फक्त तुझ्यासाठीच हा फोटो पाठवत आहे.
जो काही राग असेल, तो या फोटोवरच काढ.

तुझा नवरा.
निरंजन.

बाबांचा तरुणपणीचा फोटो ओळखू येत नव्हता. आईचा हाच तो प्रियकर! ज्याचं एकमेव प्रेमपत्र आयुष्यभर जपून, त्याच संपत्तीच्या जोरावर तिनं आपलं जीवन घालवलं.

आयुष्यभर आपला मान-अभिमान, राग-लोभ सर्व सर्व काही तिनं या फोटोपाशीच व्यक्त केलं. ती गावी असताना आपल्या बाबांनी तिला पाठवलेलं हे एकमेव पत्र, तेच तिच्या साऱ्या जीवनाचं संचित होतं. खरोखर किती प्रेम होतं आईचं आपल्या बाबांच्यावर! आज आई नाही; ते प्रेमही नाही. तिच्याबरोबरच तिचं ते प्रेमही आज नजरेआड गेलं. असं ते प्रेम आपापल्यातरी जीवनात आहे का?

सुना पत्र बघून मनातल्या मनात विचार करत होत्या, सासूबाईंच्या त्या डब्यामधून मिळालेल्या या मौल्यवान दागिन्यापेक्षा मौल्यवान दागिना दुसरा काही असू शकेल का? मामंजीकडून त्यांना काहीच मिळालं नाही, पण कशाचीही अपेक्षा न ठेवता, आपले सर्वस्व उधळून नवऱ्यावर प्रेम करण्याची ही शिकवण, आपल्या सासूबाईंशिवाय कोण देणार? या वास्तववादी दुनियेत आपण तरी आपल्या नवऱ्यावर असं

प्रेम केलं आहे का? सुरेखा तोंडाला पदर लावून मुसमुसायला लागली.
दुसऱ्या दिवशी मोठ्या मुलानं त्या डब्याची किल्ली वडिलांच्या
हाती दिली. जणू ते त्याची वाटच बघत होते. खोलीचं दार ओढून
घेता-घेता बडबडत होते,

"हलकट जात, जन्मभर साठवून काय नेलं बरोबर? एका दिवसात
सगळं मी उडवून लावतो का नाही, बघा."

डबा उघडल्याचा आवाज आला. मग काही काळ शांतता.. आणि
एकदम.. एकदम त्यांचा आक्रोश कानी आला. ते रडत होते..एखाद्या
लहान मुलासारखे ते ओक्साबोक्शी रडत होते. आणि रडता रडताच
बोलत होते.

"तिलोत्तमा..ए..मी खरंच पाषाणहृदयी आहे.. मूर्ख मी.. मी तुला
कधीच ओळखू शकलो नाही.. सगळं सुख.. अगदी सगळं मी तुझ्याकडून
बळजबरीनं ओरबाडून घेतलं.. दिलं काहीच नाही.. कसा जगू.. कसा
जगू मी आता तुझ्याशिवाय! सांग, कसा जगू? तिलोत्तमा, कसा
जगू..?"

आईचा तो माहेरचा डबा 'हात बॉक्स' छातीशी घट्ट धरून बाबा
धाय मोकलून रडत होते. मुले व सुना दाराशी उभे राहून त्यांचा विलाप
ऐकत होती, बघत होती. इतके दिवस दुःखात पिचणाऱ्या आईच्या
मरणानंतर तो डबा उघडला गेला, तसं बाबांचं मन व अंतःकरणही
मोकळं झालं. पण ते बघायला आई आज हयात नव्हती. ती स्वतः
सगळ्या आशा-निराशेच्या पलीकडे गेली होती. आणि मागं उरला होता
तिचा संसार आणि तिचा तो 'माहेरचा डबा.'

*****

निसर्गाबरोबर माणसाचा संबंध अतूट आहे. निसर्गाबरोबर नातं जुळायच्या आधी त्याचं नातं जुळतं, ते माणसाशीच. आईच्या पान्ह्यातून झरणारं अमृत पिता पिता ते बालरूप तिच्या तोंडाकडे बघून हसतं. त्या वात्सल्यमूर्तीच्या ऊबदार मांडीवर पडल्या पडल्या प्रेमाची मायेची पहिली अनुभूती बाळाला मिळते. माणसामाणसांमध्ये असणाऱ्या मधुर संबंधांची सुरुवात आईपासूनच होते.

मानवी जीवनाची मूल्यं एक माणूसच समजू शकतो. तिथं नफा-नुकसान, ओळखपाळख, नात्यागोत्याचे काही हिशेब नसतात. म्हणूनच निसर्गाच्या आधी त्याचं नातं जुळतं, ते माणसाशीच.

इच्छा होती माणसाच्या जीवनाचा शोध घेण्याची. आजच्या आधुनिक जगात पोटासाठी धावपळ करता करताच हा शोध घ्यायचा होता. मी माझ्या रोजच्या वेळेनुसार कटकहून भुवनेश्वरला निघाले होते, जगण्यासाठी लागणाऱ्या जीविकेपायी. तसं बघायला गेलं, तर आपलं आयुष्य म्हणजे एक शर्यतच. जन्म-मृत्यूसुद्धा एक वेळ पुढे-मागे होतील, पण रस्त्यातून चालताना, ट्रेन अथवा बस पकडताना मागे-पुढे होऊन चालत नाही. सतत पुढे पुढेच जाण्याची घाई प्रत्येकाला असते. त्यातूनच गर्दी खेचाखेच-गोंधळ आणि शेवटी अपघात..अटळ. या शर्यतीत मीही आहे. धावतेच आहे. क्षणासाठीही मागं राहण्याची माझी तयारी नाही. इतरांसारखीच मीही अस्थिर आहे. अशांत आहे. पण या सगळ्या धावपळीतही निसर्ग मला आकर्षित करत असतो. बस किंवा ट्रेनमधून जाताना मी पट्कन खिडकी पटकावते. खिडकीतून दिसणारं

गवत व आकाश

निसर्गाचं हिरवंगार रूप मी पाहते आणि स्वप्नविभोर होऊन हरखून जाते, अगदी एखाद्या तरुणीसारखी! अर्थात रोज रोज अशी खिडकीची जागा मिळतेच, असं नाही. खिडकीचीच काय, पण कधी कधी बसायलाही जागा मिळाली नाही, तर मी उभं राहूनही जाते. कारण नंतरच्या बसनं मी गेले, तर शर्यतीत मागं पडण्याची भीती मला आहेच ना! बस सुरू झाली की, माणसांच्या घोळक्यात निसर्ग मागं मागं जातो, पण बरोबर असणारी माणसं जवळ येत नाहीत. ती तशीच दूर वाटतात. खिडकीतून दिसणाऱ्या दूर गावच्या झाडाझुडपांसारखी.

बसच्या खिडकीतून दिसणाऱ्या त्या आकाशाच्या तुकड्याला गवसणी घालण्याचा मी खूप प्रयत्न करते. रोजच्या धकाधकीपासून थोडा विसावा मिळावा, म्हणून रस्त्याच्या कडेकडेनं सरकत जाणाऱ्या गवतावर शांत पडून राहायची इच्छासुद्धा खूप वेळा होते. पण गवतापासून आकाशापर्यंत सगळीकडे माणसांचा उग्र वास भरून राहिला आहे. छोटी छोटी फुलं गवतात उगवतात. आणि नक्षत्रं उगवतात आकाशात. गवतात उगवणाऱ्या फुलांना पायदळी तुडवून सर्वांना नक्षत्रंच व्हायचं असतं. या गवतावरती ही फुलं उगवतात तरी का? दुसऱ्यांच्या पायदळी जाण्यासाठीच का त्यांचा जन्म होतो?

आज ट्रेकरच्या मागच्या सीटवर बसून मी हाच विचार करत होते. तो ट्रेकर मागं लटकत होता, एका हातानी हूडला धरून, छोटासा एक पाय फूटरेस्टवर, तर दुसरा पाय हवेतच लटकत होता. कारण तो पाय ठेवायला जागाच नव्हती. काही प्रवाशांचेही पाय असेच बाहेर लटकत होते. तो नऊ-दहा वर्षांचा मुलगा ट्रेकरच्या मागच्या बाजूला लटकत होता. एखाद्या वटवाघळासारखा, गाडीचा कंडक्टर-तोच, क्लीनर तोच आणि ड्रायव्हरचा हरकाम्या नोकर तोच. सर्वकाही तोच.

मला अगदी खेटूनच एक बाई बसली होती. तिच्या मांडीवर एक दहा-बारा वर्षांचा मुलगा होता. त्याला माझी कडेची जागा हवी होती. तिथं बसून त्यानं आपल्या छोट्या डोळ्यांत सगळं जग सामावून घेतलं असतं. हात बाहेर काढून वारा अडवला असता. पडत असणाऱ्या पावसाला हातांनी गुदगुल्या केल्यावर त्याच्या चेहऱ्यावर हास्याची रेषा चमकली असती. त्याच्या मनात खूऽऽप काही होतं. पण त्याची आई त्याला घट्ट धरून बसली होती. ती त्याला समजावत होती.

"कडेच्या जागेवर लहान मुलांनी बसू नये. धोका असतो. गाडी बघ, किती जोरात जाते आहे.''

तो नऊ-दहा वर्षांचा मुलगा तसाच लोंबकळत होता. एक हात पुढं करून प्रवाशांकडून भाड्याचे पैसे वसूल करत होता. माझ्याकडेही त्यानं भाड्यासाठी हात पुढं केला. तेव्हा मी त्याला म्हणाले,

"गाडी थांबू दे, मी पैसे देईन. आणि हो, तू जरा नीट उभा राहा, नाहीतर.. पण माझं वाक्य पूर्ण होण्या अगोदरच तो जोरात हसला, म्हणाला, काऽऽऽही होणार नाही. आम्हाला सवय आहे.''

तो 'आम्हाला' म्हणाला. मला वाटलं, की तो स्वतःला आदरार्थी संबोधत आहे, की काय! पण तेवढ्यात दुसरी ट्रेकर कडेनं जोरात पुढं गेली. त्याच्याही मागं असाच एक मुलगा लोंबकळत होता. 'आम्हांला' हे बहुवचनी होतं तर! त्याच्यासारखीच ही सर्व मुलं जगण्यासाठी स्वतःचं जीवन धोक्यात घालत होती. या जगण्याची त्यांना सवय झाली होती.

आमच्या बसचा वेग वाढायला लागला. पुढं गेलेल्या ट्रेकरला गाठण्यासाठी बसचा तरुण ड्रायव्हर बसचं विमान करायला लागला. बसमध्ये बसलेल्या प्रवाशांनी आरडाओरडा करायला सुरवात केली,

"अरे काय, आम्हाला मारणार आहेस, की काय?''

आतमध्ये बसलेल्यांना जीवनाची शाश्वती वाटत नव्हती. पण बसबाहेर लोंबकळणारा तो आम्हाला हसून म्हणाला,

"काही होणार नाही. आम्ही रोजच असे येतो-जातो.'' पोरटं तसेच लोंबकळत होतं.

बाईच्या मांडीवर बसलेल्या मुलाला मात्र खूपच मजा वाटत होती. टाळ्या पिटतच तो म्हणत होता,

"अजून जोरात, अजून जोरात. त्या बसच्या पुढं आपण गेलो, तर किती मज्जा येईल... ''

माझी दोन्ही मुलंही अशीच आहेत. समोर धावणाऱ्या बसच्या पुढं जाण्यासाठी ड्रायव्हरला सतत उचकावत असतात. त्यांनाही मी कडेच्या सीटवर बसू देत नाही. कारण त्यांचे तर हात-पायही बोलत असतात.

शक्ती, सामर्थ्य, साधना आणि मनोबल असो की नसो, पण दुसऱ्याला मागं टाकण्याचा अस्वस्थ आवेग हाच सध्याच्या युगाचा धर्म आहे!

बसच्या वेगामुळे आम्ही एका जागी राहणं अशक्यच होतं. पण शरीराला त्या वेगाचीही सवय झाली. बसबाहेर लोंबकळणाऱ्या त्या नऊ-दहा वर्षांच्या पोराकडे नजर गेली की सर्वांनाच वाटत होतं, की हे चुकीचं आहे, हा अन्याय आहे. पण तसं बोलून दाखवण्याचं साहस कोणाकडेही नव्हतं. गाडीत इतकी गर्दी होती, की त्याचीही जागा आम्हीच बळकावली होती. त्यात ड्रायव्हरचा काय दोष? उलट थोडा त्रास घेऊन तो गाडीमागोमाग धावत येऊ शकला असता, तर तो कसाबसा उभा राहिलेल्या जागेवरही आणखी एक पॅसेंजर त्या गर्दीत घुसला असता. त्या जागी त्याच्यासारखाच लोंबकळत आला असता.

पण धावत यायला लागणारी शक्ती त्याच्या छोट्याशा पायांत येणार तरी कुठून? त्यासाठी आवश्यक अन्न त्याला कुठून मिळत असणार? असा किती पगार त्याला मिळत असेल?

मी त्याच्याबद्दल इतका काही विचार करत असेन, हे त्याच्या गावीही नव्हतं. तो तसाच लोंबकळत गाडीच्या वेगाबरोबर ताल देऊन गाणं म्हणत होता. आमच्यापैकी कुणीतरी म्हणालं.

"पोरटं भलतच स्मार्ट दिसतंय; काय रे, किती पगार मिळतो?"

बेपर्वाईनं गाडी चालवता-चालवता ड्रायव्हर तितक्याच बेफिकीरपणे म्हणाला,

"पगार! पगाराचा प्रश्नच कुठं येतो? यांना फुकटसुद्धा कुणी ठेवायला तयार होत नाही. दिसायला नुसता एवढासा दिसतो, पण जेवायला बसला, की अवघं ब्रह्मांड गिळून टाकंल. त्यात परत आजकालची ही महागाई. दोन वेळा जेवायला देणंही परवडणारं नाही. आणि काम तरी असं मोठं काय करतो? बससुद्धा धड धुवायला-पुसायला येत नाही त्याला. रात्रीचे जरा पाय चेपायला सांगितलं, तर पायाला हात लावायचं शास्त्रच करतो नुसतं. पण सकाळी एकदा कामाला लागला, की मात्र दिवसभर काम करतो. कामही अगदी चपळाईनं करतो, म्हणून तर ठेवला. भातापेक्षा जास्त मार खातो. पण मारणार तरी किती? दिवसभर गाडी चालवून माझेही हात थकतात. हात-पाय चेपायला सांगितलं, की पेंगत बसतो. मग हाताचं काम माझ्या पायांना करावं लागतं. ही:ही:ही:!" हसत-हसत ड्रायव्हर सांगत होता.

"एवढंसं पोर! एवढा मार कसा सहन करतो, कोणास ठाऊक!"

आमच्यापैकी एक जण म्हणाला. त्यावर पोरगा हसत हसत म्हणाला,
"सवय झाली आहे. अशा त्रासाकडे जास्त लक्ष देऊन चालत नाही."

ड्रायव्हर पान खाता खाता म्हणाला,
"बघा बघा, कसा बोलतो आहे! मार खाणं त्याच्या अगदी अंगवळणी पडलं आहे."

मी मनातल्या मनात म्हणत होते.

'फक्त मारच नव्हे, तर त्याबरोबरच भूक, तहान, ऊन-पाऊस सर्वच गिळणं त्याच्या अंगवळणी पडलं आहे. हे सर्व सहन नाही केलं, तर हा जगणार तरी कसा?'

इतका त्रास देतो, तर त्याला काढून दुसऱ्या माणसाला का नाही ठेवत. मी विचारलं.

दया दाखवत ड्रायव्हर म्हणाला,
"तसं करताही येईल हो! पण मग याचं काय? हा कसा जगणार? आईनं जन्माला घातलं आणि चालायला शिकला, त्याच दिवशी रस्त्यावर आणून सोडला याला. आता रस्त्यावर अन्न काय यांच्यासाठी कोणी वाढून ठेवलं आहे, की यांना आपलं पोट भरता येईल? सकाळ झाली रे झाली, की दहा-बारा मुलं गाडीभोवती गोळा होतात, 'काम द्या' 'काम द्या' म्हणून कोकलत असतात. काम द्या, गाडी पुसू, पाय चेपू, काय म्हणाल, ते काम करू. एक वेळचंच खायला दिलंत तरी चालेल; पण काम द्या. तीन दिवस झाले पोटात अन्नाचा कण नाही. आईही नाही.. बापही नाही." ही ऽ...हऽऽ करत ड्रायव्हरनं परत दात काढले. डोळे बारीक करून तिरक्या नजरेनं पोराकडं बघत तो हळूच म्हणाला, "आई-बापांचा तर यांना पत्ताही नसणार. अशी टोळधाड जन्माला घालतात आणि नामानिराळे होतात."

सगळे जण चुपचाप बसून ऐकत होते. तो करत असलेली बडबड कितीही घृणास्पद, संतापजनक असली, तरी सगळे गप्प बसून ऐकत होते. एकच समाधान होतं, की या पोराला हा माणूस पोटाला तरी देतो आहे!

शहाळ्यामध्ये असलेली खोबऱ्याची पातळ साय जशी त्या शहाळ्याला चिकटून बसलेली असते, तसं त्याचं पोट पाठीला चिकटलं होतं. ते बघून माझं पोट गलबलायला लागलं. या पोटात जर ब्रह्मांड शिरत

असेल, तर हा दुष्काळातून आल्यासारखा का बरं दिसतो? वाळक्या काटकीसारखा त्याचा पाय हवेत झुलत होता. मळका, बटणं नसलेला सदरा बरगड्या दाखवत हवेत उडत होता. सदऱ्याचा रंग आणि शरीराचा रंग एकच होता.

याचं जगणं हे असंच जिवंत मरण सोसत..

बाहेर पावसाला सुरुवात झाली होती. माझ्या साडीचा पदर वाऱ्यावर उडत होता. हातानं सावरून त्यानं तो माझ्याकडं दिला. आणि एखाद्या जाणत्यासारखा म्हणाला,

"पदर नीट सावरून, खोचून घे, माँ, कधी कधी अशा बाहेर उडणाऱ्या पदरामुळे अपघात होतात." माझ्याबद्दल त्या मुलाला वाटणारी काळजी बघून मी हेलावले.

तसं बघितलं, तर रस्ता फक्त अर्ध्या तासाचा. तो माझ्या मांडीवर बसूनसुद्धा जाऊ शकला असता. याच वयाचा माझाच मुलगा असता किंवा दुसरा एखादा स्वच्छ, टापटीप कपड्यांतला मुलगा असता, तरीही मी मांडीवर घेतला असता, पण याला काही मांडीवर घेतलं नाही. कारण तसं केलं असतं, तर काही जणांना वाटलं असतं, काय विचित्र बाई आहे! कोणाला वाटलं असतं, आता नोकरीधंदा सोडून ही बाई बहुतेक समाजसेवेला लागलेली दिसते! फक्त लोक काय म्हणतील, या विचारानं माझ्यातल्या 'मी' या सुशिक्षित स्त्रीनं गप्प बसून गंभीर चेहऱ्यानं पदर खोचून घेतला. पण माझ्यातली स्वाभाविक 'आई' मात्र व्याकुळतेनं विचार करत होती.

अरेरे! पोरगा पावसात भिजतो आहे.

तेवढ्यात त्याचं बोलणं कानावर आलं,

"माँ, जरा आत सरकून बसा. नाहीतर तुमची साडी ओली होईल. मग तुम्ही ऑफीसला कशा जाणार?"

मी हळूच म्हणाले,

"अरे, हा पाय कडेला टाकून जरासा टेक; नाहीतर पूर्ण भिजशील आणि आजारी पडशील."

पण त्या मुसळधार पावसानंदेखील झुळझुळणाऱ्या एखाद्या झऱ्यासारखा शांतपणानं तो म्हणाला,

"काऽही होणार नाही, माँ, रोजच तर भिजतो आम्ही. सवय झाली आहे आम्हाला."

वाऱ्या-पावसाच्या वेगाबरोबर बसचाही वेग वाढत होता. पाठीमागून येणाऱ्या गाड्याही तुफान वेगानं येत होत्या. तेवढ्यात दोन गाड्या तर तीरासारख्या पुढे निघूनही गेल्या. नकळत आमच्या बसचाही वेग वाढला. वाटत होतं, बघता-बघता पोरगा उडून जाईल!

बसचा वेग कमी करण्यासाठी प्रवासी ओरडत होते. पण ड्रायव्हरचे कान जणू बधिर झाले होते. या मुहूर्ताला तरी तोच आमचा 'हर्ता, कर्ता, व भाग्यविधाता' होता. आमचं जीवन-मरण त्याच्या हातांत होतं.

त्याच्या इच्छेवर सर्व काही अवलंबून होतं. बसचा वेग वाढतच होता. तेवढ्यात समोरच्या दिशेनं वेगात येणारी एक गाडी आमच्या बसला क्रॉस करून गेली. साहजिकच आमची बस जरा डगमगली. परिणामी त्या मुलाचा तोल गेला- हात सुटला, काय होतंय्, ते कळायच्या आत तो हवेत उडाला आणि अंगात तीर घुसलेल्या पक्ष्याप्रमाणं तो रस्त्यावर कोसळला. त्याला पकडण्यासाठी पुढं केलेल्या माझ्या हाताला त्याच्या हडकुळ्या पायाची बोटं निसटती लागली. मी स्वतःला कसंतरी सावरून घेतलं.

आणि बघता बघता पाठीमागून दैत्यासारख्या येणाऱ्या ट्रकच्या आवाजात त्याची किंकाळी विरून गेली. आमची बस तोपर्यंत पुढं निघून आली होती. दुरून रक्तामांसाचा सडा दिसत होता. मी डोळे मिटून घेतले. ट्रकच्या भोवती संतप्त जमाव जमला होता. पावसाच्या पाण्याबरोबर त्याच्या रक्ताचे ओघळ शेजारच्या गवतात जाऊन मिसळत होते. आमची बस आता खूऽऽपच पुढं निघून आली होती.

गाडीत सगळे गप्प बसून घड्याळाकडं बघत होते. ऑफिसला वेळेवर पोचू, का नाही? काही क्षणांपूर्वी घडलेल्या घटनेचे पडसाद मनात उमटत होते, तरी प्रगटपणं ते म्हणत होते,

"त्याला तरी नीट उभं राहायला काय झालं होतं. बेपर्वाईनं वागलं, की असंच होतं. अशीच फळं मिळतात. असंच मरतात."

माझ्या कानांत त्या मुलाचा आवाज घुमत होता.

"काही काळजी करू नका तुम्ही, माँ; मरण्याचीसुद्धा आम्हाला सवय झाली आहे. आमचं जगणं काय आणि मरणं काय? त्यामुळं काहीच फरक पडत नाही!"

ड्रायव्हर म्हणत होता,

"हे असे मेले, म्हणून यांची संख्या थोडीच कमी होते? जितके मरतात, त्यापेक्षा जास्तच किड्यामुंग्यांसारखे जन्माला येतात. या जगात माणसांचा थोडाच अभाव आहे? चला, आज तरी थोडक्यात सुटलो.''

मी विचार करत होते, खरं आहे! आज जगात माणसांचा अभाव नाहीच आहे. अभाव आहे गरजेच्या वस्तूंचा, अभाव आहे पैशाचा, अभाव आहे वेळेचा आणि अभाव आहे 'माणुसकीचा.'

पूर्ण रात्र मी तळमळत काढली. त्याच्या मरणासाठी मी स्वतःला दोषी मानत होते. मला दुसऱ्या गाडीतून जाता आलं असतं, माझ्या जागेवर मग त्याला बसता आलं असतं. मग तो पडला नसता, नाहीतर मला त्याला मांडीवर घेऊन बसता आलं असतं.

तो इतक्या निरागसतेनं मला 'माँ', म्हणून हाक मारू शकत होता, तर मुलगा म्हणून मी त्याला माझ्या मांडीवर का नाही घेऊन बसू शकले? बहुतकरून तो होता गवतावरच्या फुलासारखा अन् मी समजत होते स्वतःला आकाशातील नक्षत्र! गवत आणि आकाश यांमध्ये कायमच अंतर असतं. गवतात उगवतात फुलं. त्या फुलांना असतो विशिष्ट वास आणि कोमलता. आकाशातही फुलासारखेच ते दिसतात. पण ते असतात दिवाळीतले बाण. त्यांत आहे आग.. त्यांत आहे पोकळी, तरीपण माणसं गवतावरचा पाय काढून आकाशाकडे हात का पसरतात बरं! गवतावर पाय ठेवता येतात आणि आकाश कधीच हातात येत नाही. फुलांना तोडून माणूस आगीकडे का झेपावतो? त्यात काय मिळतं माणसाला?

असे कितीतरी प्रसंग आपलं सगळं जीवन ढवळून काढतात. त्याबद्दल आपण स्वतःला दोष देत देत, जीवनातला आनंद गमावतो. जीवनातल्या किती छोट्या मोठ्या सुखांना मुकतो. मात्र या सर्वांचा हिशेब ठेवण्यासाठी आकाशाला गवसणी घालणाऱ्या माणसापाशी वेळच आहे कुठं?

दुसऱ्या दिवशी ट्रेकरमध्ये लक्ष गेलं, तर तसाच एक मुलगा तिथं लोंबकळत होता. बस सुरूच होणार होती, तेवढ्यात मला काम आहे, असं सांगून मी बाजूला झाले. मनावरचा ताण एकदम कमी झाल्यासारखा

वाटला. आजतरी त्याला जगू दे. माझ्या रिकाम्या जागेवर त्याला बसून जाता येईल. आज काहीतरी चांगलं काम केल्याचं समाधान लाभलं. त्याच आनंदात मी वळून बघते, तो काय? माझ्या रिकाम्या जागेवर एक भलाभक्कम जाडजूड माणूस बसला होता. त्या मुलाला तर पाय ठेवायलाही पुरेशी जागा नव्हती. कारण फूटरेस्टवर त्या माणसाचा जाडजूड पाय होता..

बस निघाली होती. वेग वाढत गेला, मी मागंच राहिले. विचार आला, सतत पुढे पुढेच जाण्याचं असं हे माणसाचं काय मानसशास्त्र आहे?

आणि असह्य, असहाय, अव्यक्त अशी मी अस्थिर मनानं तिथंच उभी राहिले, खिळल्यासारखी...

*****

ही गोष्ट सांगण्याचं धाडस आज मी करत आहे. प्रविरबाबूंची मानसिक स्थिती सध्या बरोबर नाही. एकानं दुसऱ्याला, दुसऱ्यानं तिसऱ्याला असं होत-होत ही गोष्ट साऱ्या गावभर होऊन मग त्यांच्या कानांवर गेली असती, तर त्यांना अतिशय दुःख झालं असतं आणि हे दुःख सहनही ते करू शकले नसते. याच भीतीनं, इतके दिवस ही गोष्ट माझ्या मनात घर करून राहिली असूनसुद्धा, मी कोणाजवळही बोलले नव्हते. पण आज ही भीती नाही, उलट प्रविरबाबूंच्या कानांवर ही गोष्ट गेली, तर एखाद्या वेळी ते बरेही होतील. म्हणूनच ही गोष्ट मी सांगायचं ठरवलं.

या गोष्टीचा नायक आजच्या आधुनिक युगातला कोणताही आत्मकेंद्रित माणूस होऊ शकतो. अर्थात ही गोष्ट सर्वांनाच लागू होत नाही. म्हणून मी अगोदरच वाचकांची क्षमा मागते. विनाकारण कोणाचं मन दुखवायची माझी इच्छा नाही. खरं म्हणजे, ही गोष्ट प्रविरबाबूंच्या आयुष्यात घडलेली एक व्यक्तिगत घटना आहे... तर गोष्ट अशी.

माझी नवीन फियाट आली, तेव्हा मी भावग्रहीसारख्या विश्वासू आणि दक्ष ड्रायव्हरच्या शोधात होते. माझी जाहिरात वाचून भावग्रहीच जेव्हा नोकरीसाठी उमेदवार म्हणून समोर आला, तेव्हा, आनंदापेक्षा मला आश्चर्यच अधिक वाटलं. भावग्रही खूप जुना ड्रायव्हर होता प्रविरबाबूंचा, त्यांच्या गाडीला जितकी वर्षं झाली होती, तितकीच वर्षं त्याच्या नोकरीला झाली होती. मालक म्हणून प्रविरबाबूंची जेवढी ख्याती होती, त्यापेक्षा अधिक भावग्रहीची एक विश्वासू आणि उत्तम ड्रायव्हर म्हणून ख्याती होती.

ॲक्सिडेंट

भावग्रहीची इमानदारी आणि सफाईदारपणे गाडी चालवण्याच्या त्याच्या निरनिराळ्या गोष्टी प्रविरबाबूंच्या तोंडून ऐकल्यावर आम्हाला आश्चर्य वाटायचं. कधी कधी तर हेवाही वाटायचा. अर्थात मालक म्हणून प्रविरबाबू कुठल्याही बाबतीत कमी नव्हते. त्यामुळेच भावग्रहीनं त्यांची नोकरी सोडली, ही गोष्ट मनाला सहजी पटणारी नव्हती. वीस वर्षांची नोकरी, तीही प्रविरबाबूंसारख्या मालकाची नोकरी सोडून तो आला, म्हणजे नक्कीच काहीतरी कारण झालं असणार. त्याच्या मागणीची पूर्तता मी करू शकेन, याबद्दल मला खात्री नव्हती. त्याशिवाय प्रविरबाबूंसारखीच चांगली मालकीण मी होऊ शकते की नाही, याबद्दल माझी मलाच शंका होती.

त्यामुळे जराशा कोरड्या स्वरातच मी विचारलं,

"तू प्रविरबाबूंची नोकरी सोडून आणखी कुठं नोकरी करशील, अशी कल्पनाच करता येत नाही."

अशा प्रकारे काही ऐकावं लागेल, याची त्यानं स्वतःशी तयारीच केली होती. तरीही भरल्या आवाजात तो उत्तरला,

"बाई, सगळ्याच गोष्टी काही आता सांगणं शक्य नाही. साहेबांसारखा मालक मला जन्मोजन्मी मिळो....पण त्यांच्या काही सवयींमुळे, स्वेच्छेनंच मी माझी इतकी जुनी नोकरी सोडली. का?.... ते कृपा करून मला काही विचारू नका," बघता बघता त्याचे डोळे भरून आले.

अश्रू बाहेर पडायच्या आत सलाम करून त्यानं तोंड फिरवलं. नोकरीसाठी आर्जव करतच तो गेला.

मी विचार करत होते. भावग्रहीचं असं काय दुःख आहे, जे तो दुसऱ्याला सांगू शकत नाही? प्रविरबाबूंची नोकरी सोडून तो का माझ्या दारी आलाय? प्रविरबाबूंचे आणि आमचे घरचे तसे चांगले संबंध आहेत. त्यांच्या व्यक्तित्वाबद्दल मला आदर आहे आणि म्हणूनच भावग्रहीला नोकरीवर ठेवण्याआधी त्यांच्याशी प्रत्यक्ष बोलणं योग्य आणि रीतीला धरून होतं.

भावग्रहीबद्दल माझ्या तोंडून प्रशंसा ऐकून क्षणभरच त्याच्या चेहऱ्यावर दुःखाची छाया आल्यागत वाटलं. पण दुसऱ्याच क्षणी ढगाळलेल्या आभाळात वीज चमकावी, तसा त्यांचा चेहरा अतिशय आनंदानं उजळला. त्याच आनंदात ते म्हणाले,

"म्हणजे भावग्रही अगदी योग्य ठिकाणी पोचला, तर? तो नोकरी सोडून गेल्यापासून मला त्याची फारच काळजी वाटत होती. त्याच्या घरची तशी गरिबी आणि घरात खाणारी तोंडं पाच. माझ्याकडून तो कोणत्याही कारणासाठी गेला असला, तरी त्याच्यासारखा ड्रायव्हर तुम्हाला मिळायचा नाही. व्यक्तिगत कारणासाठी जरी त्यानं माझी नोकरी सोडली असली, तरी माझा त्याच्यावर अजिबात राग नाही. त्यामुळे तुम्ही त्याला नोकरीवर ठेवलंत, तर मला आनंदच होईल.''

प्रविरबाबूंच्या बोलण्यात जराही अतिशयोक्ती नव्हती. उलट, प्रत्येक शब्द न् शब्द अगदी मनापासून होता. पण भावग्रहीनं नोकरी का सोडली, ते न समजल्यामुळे मला जरा रुखरुख लागून राहिली. दिवसेंदिवस वाढत्या महागाईमुळे मागितलेल्या पगारवाढीला जर प्रविरबाबूंनी नकार दिला असेल, तर? माझ्याकडे त्याला नोकरीवर ठेवताना मला हा विचार करावाच लागणार होता.

पण भावग्रही तेवढ्याच पगारावर जेव्हा नोकरीला तयार झाला, तेव्हा माझी ही शंकाही फोल ठरली.

काहीही असो, मी भावग्रहीला नोकरीवर ठेवून घेतलं. कारण काही का असेना, पण प्रविरबाबूंच्या काही सवयींना कंटाळूनच भावग्रही त्यांच्यासारखा दयाळू मालक सोडून माझ्याकडं आला होता. भावग्रहीत सगळे गुण आणि कार्यनिपुणता असूनही त्याच्या एका वाईट सवयीला मी कंटाळून गेले. सुरुवातीला राग येत असूनही काही दिवस मी गप्प बसले. पण शेवटी हे सगळं असह्य झालं आणि ते स्वाभाविकही होतं.

त्या दिवशी मी जरा रुक्ष स्वरातच विचारलं,

"हे तू काय करतो आहेस भावग्रही?''

तोपर्यंत त्यानं उगाचच गाडी रस्त्याच्या मधोमध थांबवली होती. माझ्या प्रश्नांनी भानावर येत त्यानं गाडी परत चालू केली; पण माझ्या प्रश्नाचं उत्तर दिलं नाही.

विनाकारण रस्त्याच्या मधोमध कधीही एकदम गाडी उभी करण्याची त्याला वाईट सवय होती. त्याची ही एक सवय सोडली, तर इतर कोणत्याही बाबतीत त्याला काही सांगावं लागत नसे. वेळेच्या अगोदर तो कामावर हजर होई. खरंतर कोणत्याही ड्रायव्हरकडून अशी अपेक्षा करणंही मूर्खपणाचं असतं. गाडीची देखभाल तो अतिशय चांगली करत

होता. त्याबरोबरच गाडी चालवायचादेखील व्यवस्थित. पण गाडी चालवता-चालवता एकदम रस्त्याच्या मधोमध थांबवण्याचं कारण मी समजू शकत नव्हते. आणि तोही त्याचं काहीही उत्तर देत नव्हता. काही दिवसांनी माझ्या लक्षात आलं, की कुठंही चार-पाच माणसांचा जरी घोळका दिसला, तरी त्याच्याकडून गाडीचा वेग आपोआप कमी व्हायचा. त्या घोळक्याकडे कुतूहलानं बघून तो परत गाडी सुरू करायचा. माझी सगळी चीड, संताप, राग अगदी उफाळून यायचा. माझ्या रागावण्यावर ना तो काही समर्थन करायचा, ना त्याची ही पद्धत सुधारायचा! खाली मान घालून माझी बोलणी खात असताना त्याच्या चेहऱ्यावर एक प्रकारची असहायता असायची. ती बघून माझ्या लक्षात आलं, की या वाईट सवयीवर त्याचा स्वतःचा ताबा नाही.

त्या दिवशी एका जरुरीच्या कामासाठी मला भुवनेश्वरला जायचं होतं. वेळेवर पोचणं अतिशय जरूरीचं होतं. आदल्या दिवशीच मी त्याला तसं सांगितलं होतं. पण अगदी निघायच्या वेळी तो अतिशय विनम्रपणानं लज्जित स्वरात मला म्हणाला,

"बाईसाहेब, मला कृपया माफ करा. जाताना गाडी तुम्ही चालवलीत, तर बरं होईल. येताना मी चालवीन."

ड्रायव्हरचं हे साहस बघून मला आश्चर्य वाटलं. गाडी चालविण्यासाठी पगार घेणार तो आणि गाडी चालवायची मी? पण त्याच्या बोलण्याचा रोख माझ्या लक्षात आला आणि मला घाई होती, म्हणून त्याला न घेताच मी गाडी घेऊन गेले. परत आल्यावर त्याला काढून टाकण्याचंही मी ठरवलं. कारण खूपदा असं जरूरीच्या कामासाठी मला कटकच्या बाहेर जावं लागलं, की गाडी मलाच चालवावी लागणार! मग असा ड्रायव्हर ठेवण्यात काय अर्थ होता? भुवनेश्वरहून परत आल्यावर भावग्रहीला मी काही म्हणायच्या आतच त्यानं चार महिन्यांच्या रजेसाठी अर्ज माझ्यापुढं ठेवला. मी जरा रागावूनच त्याला म्हणाले,

"चार महिने का? मी तुला कायमचीच रजा देते."

अतिशय नम्रपणानं तो म्हणाला,

"आपला राग मी समजू शकतो. तरीपण दहा वर्षांपासून लागलेली ही सवय एकदम सुटायची नाही. म्हणूनच मी चार महिन्यांची रजा मागत आहे. कारण चार महिने गाडी चालवणं मी सोडलं, तर माझी ही

सवय कायमची जाईल, असं मला वाटतं. ज्या कारणासाठी मी साहेबांची नोकरी सोडली, आज त्याच कारणासाठी तुम्ही मला नोकरीवरून काढत आहात नशिबाचाच खेळ.. दुसरं काय म्हणू? माझ्या नकळत प्रविरबाबूंची ही वाईट सवय माझ्यात पूर्णपणे भिनली आहे.''

मी प्रश्नार्थक नजरेनं त्याच्याकडं बघतच राहिले. कारण मला समजलं नाही की, या वाईट सवयीचा प्रविरबाबूंशी काय संबंध आहे?

माझ्या नजरेतील आशय समजून हळू आवाजात तो म्हणाला,

''जी गोष्ट सांगायची मी आजपर्यंत टाळत होतो, ती आज मला सांगावीच लागणार. नाहीतर मीच माझ्या पोटावर पाय दिल्यासारखं होईल. माझं भवितव्य मी तुमच्या कृपेवर सोडून देतो.''

जी गोष्ट कळली नाही, म्हणून माझ्या मनात रुखरुख होती, जी गोष्ट कळावी, म्हणून मनात उत्सुकता होती, तीच आज भावग्रही मला सांगत होता.

प्रविरबाबू कधी कधी अतिउदारपणामुळे अडचणीत येत. दुसऱ्याला मदत करायला नेहमी पुढे असत. पण त्याचा कधी कधी त्रासही होई. त्यांची हीच गोष्ट त्यांच्या पत्नीला आवडत नव्हती. विशेषतः, रस्त्यात कोणी हात दाखवला, तर गाडी अजिबात न थांबवण्याविषयी सक्त ताकीद तिनं ड्रायव्हरला दिली होती. गाडी थांबवण्यामागे कोणाचा काय हेतू असेल, हे कोणी सांगावं? आजच्या या स्वार्थी, आपमतलबी जगात दुसऱ्याला मदत करायला जाणं म्हणजे स्वतःवरच संकट ओढवून घेण्यासारखं आहे. एवढंच कशाला, पण अपघातात जखमी झालेल्या व्यक्तीला दवाखान्यात पोचवणं म्हणजेही मूर्खपणा आहे. कारण पोलिसांचा ससेमिरा तर मागे लागतोच, शिवाय आर्थिक नुकसान सोसावं लागतं, ते वेगळंच. आजकालची बेकार मुलं मदत करणाऱ्या व्यक्तीलाच, तूच धक्का मारलास, सांगून त्याच्याचकडून पैसे वसूल करायला मागे-पुढे पाहणार नाहीत. हे सर्व प्रविरबाबूंच्या पत्नीचं सूक्ष्म निरीक्षण होतं. अशा घटना कुठं, केव्हा घडल्या, हे उदाहरणासहित त्या सांगू शकल्या असत्या. पत्नीचा स्वार्थीपणा त्यांना आवडत नसला, तरी तिचं म्हणणं त्यांना ऐकावंच लागायचं. कारण एक-दोनदा पत्नीचं न ऐकल्यामुळं त्यांना अतिशय त्रास सोसावा लागला होता.

त्या दिवशी प्रविरबाबू आणि त्यांची पत्नी दोघे कटकला जात होते.

गाडी भावग्रही चालवत होता. काही अंतर गेल्यावर रस्त्याच्या कडेला माणसांचा घोळका उभा होता. एक स्कूटर मोडक्यातोडक्या अवस्थेत पडलेली होती. नक्कीच अपघात! प्रविरबाबू जरा अस्वस्थ झाले आणि जागच्या जागी चुळबुळू लागले. त्यांची गाडी बघून लोकांनी आधीपासूनच हात दाखवायला सुरुवात केली होती. गाडी थांबवावी का नाही, या संभ्रमात ते पत्नीकडे पाहू लागले. पण तेव्हाच तिनं भावग्रहीकडे अशा काही नजरेनं बघितलं, की भावग्रहीनं गाडीचा वेग वाढवला. गाडी त्या जागेसमोरून जात असताना प्रविरबाबूंनी जे बघितलं, ते बघून त्यांच्या अंगावर शहारे आले. एक पोरगेलासा मुलगा रक्ताच्या थारोळ्यात पडला होता. ते काही बोलायच्या अगोदरच त्यांची पत्नी म्हणाली,

"बेपर्वाईनं गाडी चालवली, की आणखी काय होणार? आजकाल एवढे अपघात होतात, की गाडी थांबवायची ठरवली, तर दर पंधरा-वीस कि.मी.वर गाडी थांबवावी लागेल. आणि त्यातून पुन्हा ही मुलं.... हूं ! ...एकदा का स्कूटर हातात आली, की पुढचं-मागचं काही बघत नाहीत. आणि मग अशीच मुलं अपघातात जातात.''

प्रविरबाबूंनी उसासा सोडला. ते मनातल्या मनात विचार करत होते- कोणाचा मुलगा असेल, कुणास ठाऊक! आज बायको बरोबर नसती, तर त्यांनी नक्कीच त्या मुलाला दवाखान्यात पोचवलं असतं. अर्थात त्यांच्या मागोमाग आणखीही गाड्या येत होत्या. कोणीतरी नक्कीच मुलाला उचललं असेल. पाच-दहा मिनिटं जरा इकडं तिकडं होतील. ते स्वतःच्या मनाची समजूत घालत होते. त्यांची गाडीही आता खूप दूरवर आली होती.

कटकला पोचल्यावर थोडी फार खरेदी करून प्रदीपला भेटून परत जाण्याचं त्यांनी ठरवलं होतं. प्रदीप आपल्या खोलीवर नव्हता. तोही खरेदीसाठी बाजारात गेला होता. दोघेही त्याच्या खोलीत त्याची वाट बघत बसले. त्याचा एक मित्र त्याला बोलवायला गेला. प्रदीपसाठी आणलेले लाडू काढता काढता त्याची आई मनातल्या मनात मुलावर चिडली होती.

'एकुलता एक म्हणून जरा लाडांतच वाढलाय. त्यामुळेच बेपर्वाईनं वागतो. अभ्यासाच्या वेळात अभ्यास करायचा सोडून चिरंजीव बाहेर भटकत बसलेत. त्याच्यावरच तर आमची सगळी मदार आहे. चांगले

मार्क नाही मिळाले, तर आजकालच्या या स्पर्धेच्या युगात काय होईल त्याचं? एम.बी.बी.एस.चं हे शेवटचं वर्ष; त्यातून परीक्षा काही महिन्यांवर येऊन ठेपलेली. आणि हा अभ्यास सोडून भटकतोय. आला आता, की जरा रागवायलाच हवं.' असा विचार त्या करत होत्या, तेवढ्यात प्रदीपचे तीन-चार मित्र घाबरेघुबरे होऊन आत आले आणि कातर स्वरात म्हणाले,

"लवकर हॉस्पिटलमध्ये चला अंकल; प्रदीपला ॲक्सिडेंट झालाय. आत्ताच त्याला हॉस्पिटलमध्ये आणलं आहे."

"कुठं...? केव्हा.." त्याची आई जवळ जवळ किंचाळतच उठली. प्रविरबाबूंच्या डोळ्यांसमोर काही वेळापूर्वी बघितलेलं अपघाताचं दृश्य तरळलं. दुसऱ्याच्या मुलाला मरणाच्या दारात सोडून आलो नसतो, तर आपल्या एकुलत्या एका मुलाचा अपघातही आज झाला नसता.

जखमी, रक्तबंबाळ प्रदीपला पाहूनच त्याची आई बेशुद्ध झाली. पुढचे सगळे धक्के प्रविरबाबूंना सहन करावे लागले. डॉक्टर म्हणाले एक तासभर अगोदर हॉस्पिटलमध्ये आणलं असतं, तर काही काळजी नव्हती. रक्तस्राव खूप झाल्यामुळे आता आमच्या हातांत काही नाही. फक्त देवावरच भरवसा आहे."

प्रदीपचा एक मित्र तिरस्कारानं म्हणाला,

"दिवसेंदिवस माणूस किती स्वार्थी होत चालला आहे. डोळ्यांसमोर अपघात झालेला बघूनही गाडी न थांबवता उलट भर वेगानं माणस पुढं निघून जातात. अशा माणसांना काय म्हणायचं? प्रदीपचा ॲक्सिडेंट झाल्या झाल्या एक पांढरी ॲम्बॅसेडर येत होती. लोकांनी हातही दाखवला; पण गाडी थांबली नाही. त्या गाडीतून आणलं असतं, तर एवढं रक्त गेलं नसतं. अर्धा तास तसाच पडून होता."

प्रविरबाबूंच्या डोळ्यांतून अश्रू नव्हे, जणू डोळेच बाहेर येऊ पाहत होते..

प्रदीप आपल्या मित्राची स्कूटर घेऊन कोणाला न सांगताच आपल्या आई-वडिलांना भेटायला भुवनेश्वरला चालला होता. प्रविरबाबूंची गाडी त्याला तसंच असहाय, जखमी अवस्थेत रस्त्याच्या कडेला सोडून भरधाव कटकला निघून आली होती...

भावग्रही जेव्हा बोलायचा थांबला, तेव्हा त्याच्या कपाळावर घाम आला होता. मी उत्सुकतेनं विचारलं,

"मग..पुढं ...पुढं काय?"

भावग्रही म्हणाला,

"प्रदीप वाचला खरा; पण अपंग. आणि आता अपंग राहूनच त्याला जीवन कंठावं लागत आहे. डोक्यावरही परिणाम झालाय. शिवाय एक हात आणि एक पाय कापावा लागला."

त्या दिवसापासून बाईसाहेब मूकच झाल्या, आणि साहेब.. त्यांच्याही डोक्यावर थोडा परिणाम झाला आहे. भर रस्त्यात गाडी थांबवून, 'काही मदत पाहिजे का' म्हणून विचारायचे, माणसांचा घोळका दिसला, की गाडीतून खाली उतरून 'काही अपघात वगैरे झाला नाही नं?' म्हणून चौकशी करायचे. सारखे तेच तेच विचारायचे. गेली दहा-बारा वर्षं सतत भर रस्त्यात सारखी गाडी थांबवायच्या त्यांच्या आदेशाला कंटाळूनच मी त्यांची नोकरी सोडली.

पण तोपर्यंत तीच सवय मला लागली आहे, हे माझ्या लक्षातही आलं नव्हतं. तुमच्याकडे गाडी चालवायला लागल्यापासून लक्षात आलं, की तेव्हा साहेब काही सांगायच्या अगोदरच मी स्वतःच गाडी थांबवत होतो.

भावग्रहीची वाईट सवय सुटण्यासाठी मी त्याला चार महिन्यांची सुट्टी मंजूर केली.

काही दिवसांनी कानांवर आलं, की भावग्रहीनं नोकरी सोडल्यावर प्रविरबाबू स्वतःच गाडी चालवू लागले. रस्त्याच्या मधोमध गाडी थांबवू लागले आणि एक दिवस रहदारीचे नियम तोडल्याबद्दल त्यांना पोलिसांनी पकडून खटला भरला. त्याच वेळी डॉक्टरी तपासणीत त्यांना पूर्ण वेडे ठरवून मेंटल हॉस्पिटलमध्ये पाठविण्यात आलं.

सध्या ते तिथंच आहेत... मेंटल हॉस्पिटलमध्ये.. आणि म्हणूनच तर ही गोष्ट बोलता-बोलता मी सांगत गेले.......

*****

बोलताना आपण लाखाच्या गोष्टी बोलतो, म्हणून लाख रुपये खरंच असतात का? असं म्हणायची पद्धत आहे की, त्याची वाणी म्हणजे अमृत आहे, अमृत! म्हणजे अमृत काय कोणी चाखलं आहे थोडंच? अगदी तसंच एक लाख रुपये तरी एक रकमी कोणी बघितलेत? अमृत जसं स्वर्गलोकीच, तसंच लाख रुपयेसुद्धा स्वर्गामध्ये कुबेराच्या घरातच असू शकतील; पण या जगात तरी लाख रुपये नसतात, हे नक्की खरं.

मातीच्या कामासाठी जडा कटकला गेल्यापासून, त्याची आई बोटांवर लाखाचा हिशेब करत होती. दहा पैसे दहा वेळा झाले, की एक रुपया..असे वीस वेळा झाले, की एक कोडी, पाच कोडी झाले, की शंभर.. दहा कोडी झाले की दोनशे.. असे किती कोडी झाले, की एक लाख होतील? शंभर किंवा दोनशे कोडी असावेत.. त्या पुढचा हिशेब त्या बिचारीला झेपत नसे.

आई आणि मुलगा, जडा माँ व जडा. जडा म्हणजे निर्बुद्ध.. पण तो निर्बुद्ध थोडाच होता? पण यमाची त्याच्यावर नजर पडू नये, म्हणून तिनं त्याचं नाव ठेवलं होतं जडा. पण 'जडा' तसा नव्हता.. निर्बुद्ध नव्हता. उलट, फार समजूतदार आणि सर्वांच्या सुख-दुःखात कामाला येणारा.. पण त्याच्या 'जडा' नावावरून त्याला निर्बुद्ध समजून यम पुढं निघून जाईल, अशी तिची आपली भाबडी समजूत.

जडा तान्हा असतानाच त्याचा बाप गेला. जंगलात लाकडं आणायला म्हणून गेला, तो गेलाच. अस्वलानं झडप घातली, त्यातच गेला.

गोष्ट एका लाखाची

आई, मुलाचा छोटासा संसार कसाबसा चालला होता. कधी कधी उपासही घडायचा. पण जडामाँच्या घरी चूल पेटली नाही, म्हणून सूर्य उगवायचा थांबला नाही, की दिवस थांबून राहिला नाही. आयुष्यानंही मागं वळून पाहिलं नाही. बघता बघता तरणीताठी जडामाँ केव्हा म्हातारी झाली, आणि कडेवरचा जडा केव्हा गबरू जवान झाला, हे समजलंच नाही. आणि त्याविषयी विचार करायला जडामाँजवळ सवडही नव्हती. आपला म्हातारा चेहरा तिनं कधी आरशात बघितला नाही. पण तिच्या डोळ्यांच्या आरशात जडा मात्र तसाच छोटा राहिला.

डोंगराच्या पायथ्याशी. जंगलाच्या कडेकडेनं काही झोपडीवजा घरं. काही काम करणारे उघडे पुरुष. डुकरांच्या पिलावळीसारखीच खूऽप उघडी-नागडी मुलं. हाडकी दिसणारी म्हातारी माणसं, कोंबड्या, शेळ्या, झाडझुडपं वगैरे मिळून एखादं गाव बनत असेल, तर त्या गावाचं नाव होतं. 'नदिंआपशी,' जिल्हा ढेकानाळ, त्याच गावात जाडा माँनं आपल्या मुलाला घेऊन आंबा, फणस, कवठ, काट्याकुट्या झाडाची लाकडं यांच्या भरवशाचा आपला संसार थाटला होता. ती सुखात नसली, तरी दुःखातही नव्हती. बाकीचेही तिच्यासारखेच! कोणी जंगलातून लाकडं आणायचा, तर कोणी मातीकाम करायचा; कोणी शेतावर मोलमजुरी करायला जायचा. हेच तर जीवन होतं सगळ्या नंदिआपशी गावाचं. राजा कोणीच नव्हता. सगळेच मजूर.

जडा माँ आता काही करू शकत नव्हती. लोक म्हणत, बघता बघता तरणीताठी बाई जख्ख म्हातारी झाली. धनुष्यासारखी कमरेत वाकली. तिचे डोळे गढूळलेल्या तलावातल्या पाण्यासारखे मातकट दिसायला लागले. मेलेल्या माशांच्या डोळ्यांप्रमाणे, तिची बुबुळं पेजेवर आलेल्या सायीगत दिसायला लागली. तरीही म्हातारी कधी गुडघ्यांत डोकं खुपसून घरात बसली नाही. वाकत, चाचपडत का होईना, पण जंगलात जाऊन काटक्या गोळा करून बाजारात विकून आपला संसार चालवत होती.

जडा मोलमजुरी करायचा; पण त्या गावात वर्षातले आठ महिने कामच नसायचं, त्यामुळं मजुरी नसायची. पण भूक वाढत होती आणि मिळकत कमी होती. भूक आणि उपासमारीनं आईला आणि मुलाला आपल्या जाळ्यात पकडलं होतं.

एकदा गावातला हरी साहू वाणी तिला म्हणाला,

"तुझ्या त्या तरण्याताठ्या मुलाला जंगलातून लाकडं आणायला न पाठवता, मरणपंथाला लागलेल्या तुझ्या शरीराला का ओढते आहेस?" जडा माँ दचकली.

माझा मुलगा तरणाताठा झाला? झाला, तर झाला, म्हणून काय मी त्याला जंगलात लाकडं आणायला पाठवणार आहे थोडीच! मी जिवंत असेतोवर तर नक्कीच नाही. अरे, ज्याच्या मुलाला साप चावतो ना, त्याची आई साध्या दोरीलाही घाबरते. जडाचा बाप असाच तरणाताठा असताना जंगलात लाकडं आणायला जो गेला, तो गेलाच. अस्वलाच्या तावडीत सापडून त्यानं जगाचा कायमचा निरोप घेतला.

जडा एकदा जवळच्या एका गावात कामाला गेला होता. परत येऊन म्हणाला, "आई, मी कटकला जाणार आहे तिथं महानदीवर बांध बांधायचं काम चालू आहे. दोन वर्षं काम चालणार आहे. मातीचं काम. जो जास्त काम करील, त्याला जास्त पैसे. दोन वर्षांत मी तुझ्या हातावर लाख रुपये आणून ठेवतो की नाही, बघ."

म्हातारी थरथरत, जडाला चाचपत, त्याच्या तोंडावर हात फिरवत म्हणाली,

"कटक! तो कुठला मुलूख, रे? माझ्या नजरेसमोरून मी तुला कधीही दूर करणार नाही, रे जडा! तुझ्या आजोबा-पणजोबांनी याच गावात आपला उभा जन्म घालवला आणि ते गेले. कितीही कमावलं, तरी कमीच पडायचं. माणसाच्या पोटात राक्षस आहे ना, त्याचं पोट कधीच भरत नाही. गरीब असो वा नसो, माणूस म्हटलं की तो अर्धपोटी आणि असंतुष्टच! कुणाला पैशाचा अभाव, तर कोणाला शंभराचा, तर कोणाला हजाराचा.. आपल्या गावच्या सावकाराचंच बघ ना! सारखा पैशाची चणचण म्हणत असतो. नको, रे जडा, तूच तर माझं सर्वस्व आहेस; लाखाच्या लोभापायी तुला दूर का लोटू?"

जडा आईला मिठी मारून जोरात हसला. म्हणाला,

"अगं, कटक इथून फक्त दोन तासांच्या अंतरावर आहे. रोज आठ-दहा बसगाड्या ये-जा करतात. मनात आलं, की मला येता येईल. तू नाही म्हणू नकोस, आई. आसपासच्या गावचे कितीतरी लोक जात आहेत. महानदीच्या पाण्यात माती टाकून लाख रुपये, जाळ्यात

सापडलेल्या माशाप्रमाणे खेचून आणीन. आपलं भाग्य बदलेल. मजुरांच्या दलालांनी मला सगळं समजावून सांगितलं आहे. लोक तर त्याच्या हाता-पाया पडून काम मागत आहेत. पण तो चांगले धडधाकट मजूर निवडत होता. मी तिथंच उभा राहून बघत होतो. माझ्यावर नजर पडताच त्यांनी मला जवळ बोलावलं आणि काम करायला येतोस का, म्हणून विचारलं. माझ्याकडं बघून, माझ्या शरीराकडे बघून दोनदोनदा 'शाब्बास' म्हणाला. परत म्हणाला, 'याला म्हणतात नशीब.''

म्हातारी बोटं मोडत मुलाच्या अंगावरून हात फिरवत, दातओठ खात म्हणाली,

''मेल्या, माझ्या मुलावर नजर टाकतोस काय, रे? तुझे डोळे फुटू देत मेल्या!''

दलालांनी दिलेले आगाऊ वीस रुपये आईच्या हातावर ठेवून, तिला समजावून सांगितलं आणि मातीच्या कामासाठी, गावातल्या इतर मजुरांबरोबर एका ट्रकमध्ये बसून जडा कटकला जायला निघाला. ट्रकच्या चाकाबरोबरच जडाचं मनही फिरत होतं. रोज कमीत कमी चाळीस रुपयांचं काम तर मी नक्कीच करू शकेन. दोन वर्षांत किती बरं होतील? एक लाख नक्की होतील वाटतं..! जडांन त्याच्या आयुष्यात वीस रुपयांची नोटदेखील याआधी हातात धरली नव्हती. हरी साहूच्या दुकानात पन्नास आणि शंभराची नोट बघितली होती. एवढंच! त्यापुढे त्याची धाव नव्हती.

दर वर्षी येणाऱ्या पुरापासून कटक शहराला वाचवण्यासाठी महानदीच्या कडेनं असणाऱ्या जुन्या बांधाला लागूनच एक नवीन बांध बांधायचं काम होतं. कटक शहर पाहायला गेलं, तर कढईसारखं. नदी वरच्या बाजूला आणि शहर खाली. त्यामुळे हा बांध घातला, की दर वर्षी पुराची धास्ती वाटणाऱ्या कटकवासीयांना दिलासा मिळणार होता. ही बांध घालायची कल्पना कुणाच्या तरी डोक्यात आली खरी, पण आज त्याच्यामुळे कितीतरी उपाशी पोटांना काही दिवस तरी अन्न मिळणार होतं.

ठेकेदारांनी नदीच्या वाळूवरच लांब लांब छपरं असलेली घरं मजुरांसाठी बांधली होती. भिंती नव्हत्याच, नुसते बांबूंचे खांब टाकून सात फुटांवर छप्पर टाकलं होतं. एकेका घरात तीस मजूर राहायचे. म्हणजे, रात्रीला त्या घरात झोपायचे. कारण दिवसभर काम चालायचं. कधी कधी तर

रात्रीही पेट्रोमॅक्स लावून काम चालत असे. थंडीचे दिवस, नदीला पाणी नव्हतं. अवाढव्य नदी मजुरांचं बाहुबल बघून जणू काही लाजून, अंग चोरून वाहत होती. तिचं पात्र कोरडं पडलं होतं. पण त्यातच ठिकठिकाणी चर खणून मजुरांच्या आंघोळीसाठी आणि इतर वापरायच्या पाण्यासाठी सोय केली होती. एक-दोन ठिकाणी ट्यूबवेलही बसवल्या होत्या, त्यामुळं पिण्याचं पाणी मुबलक होतं. प्रत्येक घरासाठी एक स्वयंपाकी होता. तिन्ही वेळा भरपूर खायला मिळत असे.

मजूर आपापली ताट-वाटी घेऊन येत असत. सकाळी कुंडाभर परवाळ भात, (रात्रभर पाण्यात घालून ठेवलेला भात) त्याबरोबर 'आलू भजा,' म्हणजेच परतलेली बटाटा भाजी, त्याबरोबर मीठ-मिरची खाऊन सगळे कामावर जात. दुपारी एक वाजता एका तासासाठी जेवणाची सुटी व्हायची. तेव्हा गरम भात, भाजी व आमटी असायची. रात्री परत भात व डालमा (डाळीत भाज्या घालून केलेला रस्सा) काय वाईट होतं? घरात जिथं एकदादेखील पोटभर जेवायला मिळत नसे, तिथं तीन तीन वेळा भाजीपाल्यासकट खायला मिळत होतं. ठेकेदाराचा मुनीम सगळा हिशेब ठेवत असे. पगाराच्या वेळी प्रत्येकाच्या जेवणाचा खर्च, तसेच स्वैपाक्याच्या पगाराचे पैसेही मजुरांकडून घेतले जात. तसेच मजुरांचा दलाल प्रत्येक मजुरामागं चार आणे दलाली घेई. एकेक दलाल दोनदोनशे मजूर कामाला लावत असे. दलाल स्वतः प्रत्यक्ष काही काम करत नसे. त्याचं काम फक्त आसपासच्या गावांतून मजूर गोळा करून कामावर आणणं! त्यालाही चांगले पैसे मिळत.

जडाची काहीच तक्रार नसायची. गावापेक्षा इथं खूप चांगलं होतं. दिवसाला आठ तास काम. पण मुख्य म्हणजे, तिन्ही वेळा पोटभर अन्न मिळत होतं. त्याशिवाय कधी कधी जादा काम करावं लागलं, तर त्याचे पैसे वेगळे मिळत. जडाच्या गटाला मागणी जास्त होती. कारण जडाच्या बळावर ते जास्त काम करायचे. आठ तासांचं काम ते कमी वेळात संपवायचे आणि मजुरी आठ तासांची घ्यायचे. कोणी जास्त काम केलं, कोणी कमी केलं, हा भेदभाव नसायचा. पैसे सगळे जण एकसारखे वाटून घ्यायचे. म्हणूनच इतर गटाच्या मजुरांना जडाच्या गटाबद्दल असूया वाटायची.

जुन्या बांधाच्या कडेला दोन मोठी वडाची झाडं होती. त्याच्याच सावलीत तेरा-चौदा वर्षांच्या मुलानं चहा-पानाचं दुकान टाकलं होतं. बिस्किटंही ठेवली होती. काम करताना तल्लफ आली, की एखादा मजूर चहा पीत असे, एखादी विडी शिलगावत असे, नाहीतर चहाबरोबर एखादं बिस्कीट खात असे. जडाला ते काही पसंत नव्हतं. त्याला वाटायचं, चहा आणि विडीमुळं माणूस कमजोर होतो. त्याशिवाय पैसे खर्च होतात, ते वेगळेच.

स्वतःचे सगळे पैसे तो साठवून ठेवत होता. मुनीमबाबूंजवळ ठेवत होता. घरी जाताना एकदमच सगळे घेऊन जायचे. आईच्या पदरात घालून म्हणायचं,

''एक लाख रुपये आणले आहेत, बघ.'' म्हातारीला थोडंच कळतंय् एक लाख म्हणजे किती?

ठेकेदाराचा मुनीम रोज हजेरी घेत असे. दर आठवड्याअखेरीस जेवणाचा खर्च, स्वयंपाक्याचा पगार, औषधपाण्यासाठी काही खर्च झाला असेल, तर तो खर्च, सगळे पगारातून कापून घेऊन बाकीचा पगार त्यांना देत असे. पण जडा एक पैही घेत नसे. गावाला जाताना एकदम नेईन, आत्ता तुमच्या जवळच ठेवा, म्हणून सांगत असे.

दिवसभर अंग मोडून काम केल्यावर दुसरा तिसरा विचार करायला वेळच नसे. प्रत्येक घरापुढे वाळूवरच तीन दगड उभे करून त्याच्या मधोमध आणखी दोन दगड ठेवले, की देऊळ तयार व्हायचं. त्या शेंदूर फासलेल्या देवासमोर भजन-कीर्तन चाले. झांजा व खंजिरीच्या तालावर भजन रंगत असे. रामायणाच्या कथा चालत. शनिवारी शनीची पूजा व्हायची. मग प्रसाद वाटला जायचा. घरी सोडून आलेल्या आपापल्या कुटुंबीयांच्या खुशालीसाठी देवाची आळवणी करत मजूर लोक नुसत्याच छप्पर असलेल्या त्या घरात झोपी जात. अंगाखाली फक्त गवत आणि पांघरायला एक चादर. बघता बघता गाढ झोपी जात.

नदीच्या मोकळ्या उघड्या पठारावरची थंडी तिथल्या वाऱ्याबरोबर भिरभिरत येऊन त्यांच्या चादरीवर कोसळत आदळत असे. पण त्यांना त्याची काही फिकीर नव्हती. पडू दे थंडी, किती पडते आहे! त्यासाठी तर मुनीम पैसे नाही ना कापून घेणार? मग का काळजी? जडाला तर थंडीचंही काही वाटत नव्हतं. अंग मोडून काम करायलाही तो घाबरत

नसे. रात्रीचे काही तासच मिळणाऱ्या झोपेशी त्याची चांगली दोस्ती होती.

नदीच्या पैलतीरावरच्या डोंगरामागून सूर्य वर यायच्या आतच जडा उठायचा. जडा उठला की पहाट होते, हे सोपं गणित त्याच्याबरोबर काम करणाऱ्या मजुरांना माहीत झालं होतं. अजून कामाचा पूर्ण दिवस त्यांची वाट बघत समोर उभा असायचा.

त्या दिवशी का, कोणास ठाऊक, जडाला राहून राहून आपल्या आईची आठवण येत होती. तिची तब्येत तर ठीक असेल ना? खरंच ती चाचपडत धडपडत एकटी कशी वावरत असेल? पैसे घेऊन जडा आला, की घरात सून आणता येईल; मग थोडा आराम मिळेल, याच आशेनं आई आपली वाट बघत असेल. तो विचार करत होता. येत्या चार दिवसांत थोडं जास्तीचं काम करून, एक दिवसाची सुटी घेऊन, आईला भेटून येईन. ठेकदारांनी आणखी दहा-बारा धडधाकट मजूर गावाहून आणायला सांगितले आहेत. आईच्या आणि गावाच्या आठवणींनी कासावीस होऊन तो आणखी जोरजोरात माती खणू लागला.

कटक शहराचं सांडपाणी नदीत सोडण्यासाठी बांध फोडून मोऱ्या बांधायचं काम चालू होतं. बांधाच्या बरोबर खालच्या बाजूला पाया खोदायचं काम चालू होतं. जडाचे हात मशिनप्रमाणे चालत होते. टोपल्यांतून माती भरभरून मजूर वरती वाहून नेत होते. डोक्यावरचं रणरणतं ऊन घामेजलेल्या कातडीवर सुईसारखं बोचत होतं.

बघता बघता दुपारच्या जेवणाची सुट्टी झाली. घमेल्यात माती भरणारे मजूर आणि ती माती वाहून नेणारे मजूर काम बंद करून बांधावर चढून गेले. माती उचलणारा एक जण वरून जोरात ओरडला,

"अरे ए जडा, भूक नाही का लागली? चल, लवकर वर ये. जेवायची वेळ झाली आहे."

खरोखरच आज जडाला कामाशिवाय दुसरं काहीच सुचत नव्हतं. माती खणायच्या कामात तो अगदी तल्लीन झाला होता. दहा मिनिटांचं तर काम आहे! एवढी माती खणू या आणि मग जेवायला जाऊ या, असा विचार करून तो सपासप फावडं चालवत होता. वर वीस फूट उंचीचा बांध उभा होता. आज त्याला भूकही जाणवत नव्हती. मनानं तो केव्हाच घरी पोचला होता. आईच्या आमटी, भाताची चव त्याला आठवत होती. खालून तो ओरडला,

"आलो, रे- चल तू पुढं हो.. ही एवढी माती उपसून मी आलोच, रे..रे..रे..रे...."

बघता-बघता बांधाला तडा जाऊन वीस फूट बांध खाली कोसळला, त्या मातीच्या ढिगाखालून जडाचे शेवटचे स्वर ' रे..रे..रे..रे..रे.. चारही दिशांना पसरून नदीच्या वाळूवरून भिरभिरणाऱ्या वाऱ्याबरोबर शून्यात हरवून गेले. नदीच्या पैलतीरावर त्याचा तो आलो 'रे..रे..रे..रे.. आवाज प्रतिध्वनित झाला.

तीस-चाळीस घरांमधून राहणाऱ्या हजारो मजुरांच्या मनात एकच शंका..आज जडा मेला..उद्या त्यांच्यापैकी कोणाचा नंबर लागणार नाही कशावरून? एवढ्या मोठ्या नदीचं पोट फाडून नवा बांध एखाद्या अजगरासारखा पुढं पुढं सरकतो आहे. एकच मुंडकं घेऊन थोडाच तो शांत होणार आहे?

हजारो मजुरांपैकी एखादा गेला, म्हणून बांधाचं काम थोडंच थांबणार होतं? पण जाणाऱ्या गरीब मजुराचा संसार मात्र उद्ध्वस्त होणार. त्याच्या जिवाचं मोल कोण देणार? ठेकेदाराचा मुनीम त्यांना आश्वासन देत होता. म्हणत होता,

"अपघाताचं थोडंच कोणाच्या हातात असतं. तरीपण याची चौकशी होईल आणि त्याच्या घरच्यांना भरपूर भरपाई मिळेल. त्याशिवाय सरकारकडूनही मदत मिळेल. तुम्ही काळजी करू नका. कोणाचंही काही कमी-जास्त झालं, तर त्याच्या जिवाची किंमत नक्की मिळेल."

"किती..किती...किंमत...?" सगळे एकस्वरात ओरडले.

"अंदाजे लाखाच्या आसपास...!"

'एक लाख..' दुःख, शंका व हताशपणाच्या तापलेल्या वाऱ्यामुळे विझत आलेल्या त्यांच्या डोळ्यांतले दिवे एक लाख रुपये ऐकताच उजळले.... लखलखले. मेलेल्या जडाबद्दल त्यांच्या मनात थोडी असूयाही निर्माण झाली, एवढे पैसे घेऊन म्हातारी काय करणार आहे?

काही म्हणा- म्हातारीनं मुलगा जन्माला घातला होता लाखाचा..जिवंत होता, तेव्हाही लाखाचा होता. आता मेला, तरी लाखाचा..

दुसऱ्या दिवसापासून परत सुरळीतपणे बांधाचं काम सुरू झालं. जडाचं रक्त लागलेलं घमेलं उचलणाऱ्या मजुराला आपलं डोकं जड झाल्यागत वाटत होतं. जडाच्या रक्ताचा प्रभाव होताच. की एक लाख

रुपयाच्या कल्पनेचं ओझं होतं, कुणास ठाऊक!

आता जडाच्या आईच्या घरी पांढरे कपडे घातलेले, गांधीटोपीवाले युवानेता, वयस्कर पुढारी कितीतरी जण ये-जा करू लागले. पहिल्या दिवशी त्यांच्याबरोबर पोलिस आले होते. एक फोटो त्यांनी म्हातारीला दाखवून विचारले,

"मावशे, नीट बघून सांग; हा तुझा मुलगा जडा आहे का?"

म्हातारी फोटोवरून हात फिरवू लागली. अंधूक दिसणाऱ्या डोळ्यांनी आपली मान वाकडी करून मुलाच्या फोटोकडं बघू लागली. फोटो मोठा असूनही म्हातारीला नीट काहीच दिसत नव्हतं.

एका मोठ्या घरात खाट..खाटेवर गादी उशी..गादीवर पांढरी शुभ्र चादर आणि त्यावर तिच्या गळ्यातला ताईत, तिचा जडा झोपला होता. पायापासून गळ्यापर्यंत त्यानं बगळ्यासारखी पांढरी स्वच्छ चादर घेतली होती. त्याचं फक्त तोंड दिसत होतं. किती शांतपणे झोपला होता! झोपू दे..झोपू दे. किती लोक येऊन सांगत होते. जडाला खूप काम करावं लागतं, म्हणून. सगळे त्याच्या कामावर खूश होते. त्यानं म्हणे, खूप पैसे साठवले आहेत. तो आता गावाचा सावकार होईल. सगळे त्याला 'सावकारबाबू' म्हणून हाका मारतील...

पण लागलीच तिला कणव दाटून आली. 'तो खरंच का एवढा मोठा झाला आहे? की मीच खोटी आशा लावून बसले आहे?'

तिचे डोळे भरून आले. तिनं परत एकदा त्या फोटोवरून अलगद हात फिरवला. जणू जडाला ती थोपटत होती. आता तिला खात्रीच वाटायला लागली, तिचा मुलगा खरोखरच सावकार झालाय्, म्हणून. नाहीतर एवढं मोठं घर, इतकी छान खाट, त्यावर पांढरी चादर, उशी, गादी आणि त्यावर हा आपला जडा अगदी एखाद्या जमीनदारासारखा शांतपणे झोपला आहे. त्याच्या पायांजवळ पांढरे कपडे घालून काही माणसं खाली माना घालून उभी आहेत. बहुतेक जडाकडे कर्ज मागायला आले असावेत. त्याची झोपमोड करण्याचं साहस कुणाजवळही नसावं. म्हणून उभे आहेत.

म्हातारी आनंदानं ओरडली,

"हो..हो..हाच आहे माझा मुलगा माझा जडा.. माझा लाडका जडा. पण एवढी चौकशी का? काय झालंय माझ्या जडाला?"

पोलिसबाबू म्हणाले,

''मावशे, काही काळजी करू नकोस, तुला पैसे नक्की मिळतील, तू मुलाला ओळखलं आहेस, म्हणून या कागदावर तुझा अंगठा दे. म्हणजे पैसे मिळायला काही अडचण यायची नाही.''

म्हातारीनं थरथरत्या हातानं कागदावर अंगठा दिला आणि विचारलं, ''आणि माझा जडा?''

तिथलाच एक पुढारी म्हणाला,

''तुझा मुलगा जिथं आहे, तिथं अगदी सुखात आहे. तिथं भूक, तहान, रोगराई, दुःख कसलाही त्रास नाही. त्याची तू अजिबात काळजी करू नकोस. तुला पैसे मिळाले, म्हणजे झालं. आणि आजकाल कोणता मुलगा आई-बापांजवळ राहतो, सांग बरं?''

म्हातारी हात जोडून म्हणाली, ''असू दे.. कुठंही असला, तरी नीट राहू दे! तो पैसे कमावतो आहे, म्हणजे गावात थोडाच राहणार? आणि इतके पैसे गावात कुठून कमावणार? तो न का येईना. पैसे मिळाले, की मीच त्याच्याकडे जाईन. त्याच्याचजवळ राहीन. माझं तरी कोण आहे या गावात?''

बाबू लोक म्हणाले,

''हो! छान..छान.. पण तू मुलाकडे जायची घाई करू नकोस, मावशे! पैसे मिळाले की आरामात जा.''

म्हातारीला राहवलं नाही, विचारलंच,

''किती पैसे मिळतील, रे?''

''लाखभर मिळतील,'' कोणीतरी म्हणाला.

''एक लाख!''म्हातारीनं 'आ'वासला.

मध्यंतरी कितीतरी बाबूलोक येऊन तिच्याकडून वेगवेगळ्या कागदांवर अंगठा घेऊन गेले. पैसे मिळणार, या आशेनं पांघरुणाशिवाय तीन हिवाळे म्हातारीनं खूप कष्टांत काढले. विचारायला गेली, तर म्हणायचे,

''अगं मावशे, सरकारकडून पैसे मिळणार, म्हणजे किती कागदपत्रांवर अंगठा लागतो, तेव्हा कुठं पैसे येतील. परत पैसेही कमी का आहेत? जरा धीर धर...''

म्हातारी धीर धरून पैशाची वाट बघत राहिली. पैसे मिळाले, की ती मुलाकडे जाणार होती. गावातले लोक जडाबद्दल काहीबाही बोलायचे.

म्हातारीकडे बघून चुकचुकायचे, पण म्हातारीनं कुणाकडंही लक्ष दिलं नाही. तिला माहीत होतं की, जडा कुठंही असला, तरी आरामात आहे. तिनं स्वतः फोटोत बघितलं होतं. आता पोळी खाणारादेखील भाकरी खाणाऱ्याकडे चांगल्या नजरेनं बघत नाही. मला लाख रुपये मिळणार आहेत, हे त्यांना सहन होत नाही. म्हणूनच माझ्या मुलाबद्दल वाट्टेल ते बोलतात. पण मी कशाला काळजी करू? जगात धर्म आहे अजून.. तो सगळं बघेल. इतके मजूर काम करत होते, तर फक्त माझ्याच मुलाच्या अंगावर मातीचा ढिगारा का कोसळला? आणि तिचे यापुढचे सगळे विचार खुंटत जायचे.

एके दिवशी खरोखरच पैसे आले. म्हातारीच्या दाराशी सगळा गाव गोळा झाला. म्हातारीला नीट दिसतही नव्हतं. तिनं विचारलं,

“किती रुपये आहेत?”

रुपये देणारा बाबू म्हणाला

“कोडी..कोडी..असे पन्नास कोडी.”

“म्हणजे किती होतात, रे?”

“एक हजार रुपये!” हरी साहू म्हणाला.

“आँ..आँ! हजार म्हणजेच एक लाख का, रे?”

त्यावर बाबू म्हणाले,

“मावशे, कागदावर लिहिलेलं सगळं थोडंच खरं असतं? कुणाला कधी खरंच लाख रुपये मिळतात थोडेच?”

गावातल्या लोकांनाही समजलं.. त्यांनी म्हातारीला समजावलं, लाखाची नुसती गोष्ट असते. लाखभर कधी खरंच असतात? तसं म्हणायची पद्धत असते. आपल्या या गावात कोणी लाख रुपये खरंच बघितलेत का? या सावकारानंदेखील एक लाख बघितले नसतील.

म्हातारी समजूत पटल्यासारखी म्हणाली,

“हेच लाख रुपये आहेत.”

हजारालाच लाख रुपये मानून मुलाकडे आता जाता येईल, या आनंदानं, मुलाला कुशीत घ्यावं, तसं नोटांचं बंडल कुशीत घेऊन थरथरत्या स्वरात म्हातारी म्हणाली,

“तू खरोखर आपले शब्द खरे केलेस, रे जडा.....”

*****

कथा सावलीची

माधवी देसाई

गेली चार वर्षे, गोमंतकातल्या निसर्गरम्य गावी वास्तव्य झाले व याच कालखंडातील या कथांचा जन्म! यामधल्या तेराही कथा स्त्री-जीवनकथा आहेत. कथेमधली प्रत्येक स्त्री ही मला पडलेल्या स्त्री-जीवनाचे कोडे सोडवणारी स्त्री बनली. सर्व पात्रे काल्पनिक आहेत पण त्यांचे जीवन व प्रश्न मात्र वास्तव आहेत.

काही स्त्रिया विलक्षण समजूतदारपणाने जीवनाला सामोऱ्या जातात. त्यांच्या जीवनाला आलेले वाईट वळण, समंजसपणाने त्यांनी ओलांडलेले असते, याचे कारण त्यांच्या विचाराची मूळ बैठकच प्रौढ, समंजस असावी, असे मला वाटते. 'लेडी डायना' आणि 'जास्वंदी' या खास गोमंतकीय स्त्रिया, प्रेमावर अतूट विश्वास बाळगणाऱ्या, तर 'आसावरी', 'पूर्वा', 'रेशमा' या कथानायिका अगर 'मोकळं झाड' किंवा 'लेकुरवाळा', 'हरवलेला चंद्र'मधल्या कथानायिका यांनी स्वतःसमोरची प्रश्नचिन्हे... स्वतःच सोडवून त्या पूर्णविरामाला पोहोचल्या आहेत. 'कथा सावलीची' ही एका सावलीची भूमिका स्वीकारणारी स्त्रीकथा! आपण सावलीची भूमिका स्वीकारावी की स्वतःची स्वतंत्र सावली निर्माण करावी, हा पुन्हा जिचा तिचा स्वतंत्र प्रश्न आहे. माझ्या मगदुराप्रमाणे मी त्यांना व्यक्त करण्याचा प्रयत्न केला आहे.